அருவி முதல் அயலி வரை

சினிமா விமர்சனக் கட்டுரைகள்

பிருந்தா சேது

HER Stories

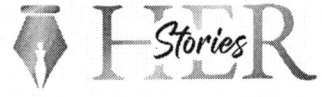

அருவி முதல் அயலி வரை

சினிமா விமர்சனக் கட்டுரைகள்

பிருந்தா சேது

Aruvi Mudhal Ayali Varai

Cinema Vimarsana Katturaigal

© Brindha Sethu

ஹெர் ஸ்டோரிஸ் ஆசிரியர்கள்

நிவேதிதா லூயிஸ், சஹானா & வள்ளிதாசன்

நூல் வடிவமைப்பு

UK Designs உதயா

வெளியீடு

ஹெர் ஸ்டோரிஸ்

15, மகாலக்ஷ்மி அபார்ட்மெண்ட்ஸ், 1, ராக்கியப்பா தெரு, சென்னை-600004

+91 75500 98666 strong@herstories.xyz www.herstories.xyz

உருவாக்கம்

கலைடாஸ்கோப், சென்னை +91 9840969757

HS books # 0028 | Her Stories Life # 0010

ISBN: 978-81-956495-9-4

முதல் பதிப்பு

2023

₹ 100

உள்ளடக்கம்

சிந்தனை எனும் நீள் வட்டப் பாதை 05

1. அருவி (தமிழ்) 09
2. திதி (கன்னடம்) 15
3. கார்வான் (மலையாளம்) 22
4. மண்டோ (ஹிந்தி/உருது) 25
5. 96 (தமிழ்) 27
6. அசுரன் (தமிழ்) 32
7. வரனே அவஸ்யமுண்ட் (மலையாளம்) 39
8. போர்ட்ராய்ட் ஆஃப் தி லேடி ஆன் ஃபயர் (இங்லீஷ்) 42
9. சில்லுக் கருப்பட்டி (தமிழ்) 45
10. சேத்துமான் (தமிழ்) 52
11. அனல் மேலே பனித்துளி (தமிழ்) 54
12. விட்னெஸ் (தமிழ்) 61
13. விக்ரம்-2 (தமிழ்) 65
14. அயலி (தமிழ் – வெப் சீரிஸ்) 67

'கனவை
நிகழ்த்துபவர்களுக்கு'

சிந்தனை எனும் நீள் வட்டப் பாதை

நாம் திரும்பத் திரும்ப வாசித்த புத்தகம் எது என்று பார்த்தோமானால், அதுதான் நமதின் அத்தனை முறை வாசிப்பிலும் புதிய பார்வையைத் தருவதாக, காலத்தால் அழியாத ஒன்றாக இருக்கும்.

போலவே, ஒவ்வொரு முறையும் ஒரு புதிய பொருளை வழங்கும் படங்கள்தாம் காலத்தை மீறி வாழ்கின்றன.

அப்படிக் காலத்தை மீறிய, பார்க்கச் சலிக்காத, எனக்குப் பிடித்த, இந்திய அல்லது தமிழ்ப் படங்களிலேயே ஒரு முழுமையான படம் சொல்லச் சொல்லி, என்னைக் கேட்டால், 'சலங்கை ஒலி'யைச் சொல்வேன். இயக்குனர் கே.விஸ்வநாத்'தின் ஆகக் கூடி வந்த படம். ஒவ்வொரு காட்சியும் ஒவ்வொரு 'ஃபிரேமும் ஒவ்வொரு வசனமும் காட்சியின் சதுர ஓரத்தில் பின்னணியில் வரும் 'ப்ளர்'ரில் இருப்பவர் கூட அந்தக் காட்சியின் முழுமையில் இருந்து வழுவாமல் இருப்பதாக அமைக்கப்பட்டிருக்கும். எதுவும் காட்சிக்குச் சம்மந்தப்படாததாகத் துளி கூடத் துருத்திக்கொண்டு இருக்காது. எல்லாமே காட்சிக்குத் தேவையானதாக இருக்கும். இசையும் மௌனமும் எல்லாமும். ஒவ்வொரு ஃப்ரேமும் நினைவில் நிற்கும்படி அமைக்கப்பட்டு இருக்கும்.

முதல் காட்சியிலேயே 'பாலு' எப்படிப்பட்டவர் என்பது வலுவாக காட்சிப்படுத்தப் பட்டிருக்கும். ஒரு ரிக்ஷாவைத் தள்ளியபடி ரிக்ஷா ஓட்டி கூடவே நடந்தபடி பாலு வருவார். தாம் வந்து சேர வேண்டிய இடம் வந்ததும் காசும் கொடுப்பார். அவரது தேய்ந்த செருப்பைப் போட மறந்து ரிக்ஷாவிலேயே விட்டுவிட்டு,

அவர் படியேறிவிட, ரிக்ஷாகாரர் அழைக்க, தன்னருகே வீசும்படி பாலு தலையாட்ட, ரிக்ஷாகாரர் தூக்கி எறியும்போது அவை 'பாலு' மேலேயே விழும். ஆனால் அதுவெல்லாம் பாலுவுக்கு அவமானமில்லை. ஆனால், தான் தெய்வமாக மதிக்கும் கலையில் யாரேனும் சிறிய துணுக்கு அளவு நிகழ்த்தும் குற்றத்தையும் மலையளவு பார்ப்பார்.

இப்படித்தான் அந்தப் படத்தின் முக்கியக் கதாப்பாத்திரங்கள் ரகுவும் மாதவியும் மற்ற சிறு சிறு பாத்திரங்களும் அதனதன் முழுமையில் படைக்கப்பட்டிருக்கும். ஆற, அமர, ரசித்து ருசித்து செய்யப்பட்டிருக்கும்.

எந்த சினிமாவிலும் உருவாக்கப்படும்போது அத்தகைய மன இளைப்பாறல் வேண்டும்.

எந்தக் கலைக்கும் சிந்தனையின் ஆழம் வேண்டும்; அப்போதுதான் படைப்பு மனம் விகாசப்படும். மனவிகாசம் (ஆழ, அகல, உயர, விரிவு) அடைய நிறைய வாசிப்பு வேண்டும். சினிமா எனும் கலைக்கு, எந்த வார்த்தை தரும் உணர்வெழுச்சியும் காட்சியாக உருவெடுக்க வாய்ப்பிருக்கிறது. சொல்லும் வாழ்வும் கலந்து பேரெழுச்சியாக நிகழ வெகு நிச்சயம் வாய்ப்பிருக்கிறது.

நிறைய வாசிப்புப் பழக்கம் இல்லாதவர்கள், பழைய தமிழ் படங்களைப் பார்க்கலாம். ஒரு படம் முடிவடைவதில் இன்னொரு படம் தொடங்கும். அதை நிகழ்த்திப் பார்க்கலாம்.

ஒரு கதை முடிவடைவதிலிருந்து இன்னொரு கதை முளைப்பது – 'உதிரிப் பூக்களில் அந்தப் பிள்ளைகள் என்னவாக ஆனார்கள் என்று யோசித்தால், 'முள்ளும் மலரும்' என விரியக் கூடும்.

ஒரு படத்தின் ஆண் கதாப்பாததிரத்திற்கு மாற்றாக பெண்ணை அமைத்துப் பார்ப்பது ஓர் உத்தி. பெரும்பான்மையான பெண் மையப் படங்கள் இப்படி எடுக்கப்பட்டவைதான்.

ஒரே இயக்குநரின் படங்களை எல்லாம் பார்ப்பது, அது கூட்டிச் செல்லும் பாதை. அவரின் சிந்தனைப் போக்கை நமக்குக் கற்றுத் தரும். அவரின் ஒரு படத்தின் மேன்மை, முழுமைக்கு மற்ற எல்லாப் படங்களும் வழி அமைத்துக் கொடுத்திருப்பது தெரிய வரும்.

ஃபாசில் படங்களில் பூவிழி வாசலிலே படத்தில் சத்யராஜின் மனைவி கேரக்டர் (படத்தில் காட்சிகளாகக் காட்ட மாட்டார்கள்) வெறும்

வசனங்கள் வழி உருவாக்கிய பாத்திரம் அப்படியே 'என் பொம்முக்குட்டி அம்மாவுக்கு' படத்தில் ரேகா பாத்திரமாக விரியும்.

வருசம் 16 படத்தின் கதையில் விமர்சனம் உண்டு. ஆனால், கண்ணன் (கார்த்திக்) வீட்டில் விருந்தினர்களோடு அறிமுகம் செய்து கொண்டிருக்கையில், அவரது நண்பன் சார்லி வர, இவர் வெளிச்சென்று வீடு உள்ளே வரும்போது மொத்த காட்சியும் மாறி இருப்பது அழகுற இருக்கும். பளிச்சென்ற வெறுமையை நமக்குள் கடத்தும்.

அந்தப் படத்திலும் 'பூவே பூச்சூடவா' படத்திலும் குழந்தைகளுக்கான காட்சிகள் இயல்புற அமைந்திருக்கும். முக்கிய கதாப்பாத்திரங்கள் மட்டுமல்லாமல், உப பாத்திரங்கள் வடிவமைப்பிலும் அக்கறை காட்டியுள்ளது தெளிவாகத் தெரியும்.

உதிரிப் பூக்கள் படத்தின் டைட்டிலில், தன்னை அந்தப் படத்தை எடுக்கத் தூண்டிய புதுமைப் பித்தனின் 'சித்தி' கதைக்கு நன்றி கூறியிருப்பார். அது ஒரு சிறிய மின் தூண்டல். அதற்கே நன்றி கூறியிருப்பார். ஆனால், அதே உதிரிப் பூக்களை 'ஆசை'யாய் எடுத்த இயக்குநரோ நன்றி கூற மறந்திருப்பார்.

தங்கமலை ரகசியம் படத்தின் ஒரு காட்சித் துணுக்குதான் – 'படையப்பா'வாக பிரமாண்டமாக விரிந்தது.

இப்படி, பழைய படங்களைப் பார்க்கும்போது ஏற்படும் மனத்தாக்கங்களிலிருந்தே கூட எத்தனையோ படங்கள் உருவாக்கலாம்.

ஃ

ஒரு படம் எதனால் வெற்றியுறுகிறது என்பது தெரியாமல் –

ஒரு படம் வெற்றி அடைந்தால் அதே முறைமையில் திரும்பத் திரும்ப பார்வையாளர்கள் சலிப்புறும் வண்ணம் படம் எடுப்பது எப்படி வெற்றியைத் தரும்?

ஒருவர் டீக்கடை போட்டு வெற்றியாளரானால், பக்கத்தில் நாமும் டீக்கடை போடுவது விட, பஜ்ஜி கடை போடுவதுதானே லாபம் ஈட்டித் தரும் புத்திசாலித்தனமான செயல்.

இப்போது பெண்ணியம் அம்பேத்கரியம் பேசுபொருளாக இருக்கிறது; விற்கும் பொருளாக ஆகி இருக்கிறது.

பெண்கள் காபி குடிப்பதே பெரிய பேச்சாகப் பேசப்பட்ட காலமும் மிக முன்பு இருந்திருக்கிறது.

காலத்தின் தொடர் ஓட்டத்தைக் கவனித்துப் பார்த்தோமானால், இலையுதிர் காலம், இளவேனிற் காலம், கோடை காலம், மழைக்காலம், குளிர் காலம் போல மனிதர்களின் மனதின் போக்குகளும் வாழ்வும் இருக்கும். இரசனைகளும் அதே போலத்தான். ஒன்று மாற்றி ஒன்று அதேதான் வந்து கொண்டிருக்கும். இதன் நாடியைப் பிடித்து உணர முடியுமானால், அடுத்தடுத்து வெற்றிக்கான கதைகளைத் தர முடியும்.

நெஞ்சத்தைக் கிள்ளாதே, மௌனராகம், ராஜா ராணி – அந்தந்த காலத்தின் அதே கதைதான். பள்ளிக் காலத்தில் குழந்தைகள் பாடும் பாடல்கள் போல, காலங்கள் தாண்டி, ஒவ்வொருவரின் பள்ளிக் காலத்திற்கும் அதே பாடல்கள்தாம்.

விட்டலாச்சார்யா படங்கள், சாமி படங்கள், அம்மன், ஆடி வெள்ளி, ஐயப்பன் சாமி படங்கள் வரலாற்றுப் படங்கள் புராண படங்கள், பிறகு சமூகப் படங்கள், பிறகு ஒருநாளின் ஒரு நிகழ்வுப் படங்கள். சினிமாக்களின் சுழற்சி இப்படித்தான், இதுபோலத்தான்.

உலகில் மொத்தம் ஏழே ஏழு கதைகள்தாம் என்பார்கள்.

பருவ காலங்கள் போலவே, நாமும் நமது சிந்தனைகளும் வாழ்வும் எல்லாமும் கால சுழற்சியின் அதே நீள் வட்டப் பாதைதான். திரும்பத் திரும்ப அதேதான். ஒன்றே மட்டுமல்ல. அடுத்தடுத்து வெவ்வேறு வரும் அதேதான்.

அருவி
தமிழ்

அமேலி'யின் திரைமொழி, கதை சொல்லல் மனதில் நினைவுக்கு வராமல் இல்லை. கவிதை போன்ற, தடதடத்த ஒரு திரைக்கதைமொழி அது. வெட்டி ஒட்டும் 'ஷாட்'டுகள் மிக விரைவானவை. சிறியவை. கண்ணை இமைக்க மறப்போம். இமைத்தால் காட்சியை 'மிஸ்' பண்ணி விடுவோம். அமேலி'யின் கதை சொல்லல் தாக்கத்தை, அழகாக தமிழுக்குத் தந்திருக்கும் முன்பாதி.

முதல் பாதி 'ஹோ'வென்று குதித்தோடும் அருவி என்றால், இரண்டாம் பாதி தடதடக்கும் ரயில்! வேகத்துக்குப் பஞ்சமில்லை; செயற்கைக்கும் குறைவில்லை.

திரைப்படத்தை மூன்றாகப் பிரிக்கலாம்.

'அருவி' யார் என்பதை, அவளுக்கும் அவள் அப்பாவிற்குமான மனநெருக்கத்தை, அவள் விழும் இடமெல்லாம் தாங்க அவள் அப்பா இருந்தார் - எப்போது இன்னும் நெருக்கமாக அரவணைத்திருக்க வேண்டுமோ அப்போது, தடாலெனக் கைவிட்டு - குடும்பத்தின், இந்த சமூகத்தின் ஒரு பிரதிநிதியாக - பெண்ணைக் கைவிட்டு, அவளையே குற்றவாளி ஆக்குகிறார் என்பது ஒரு பகுதி.

இதை, 'தன் பொறுப்பு இது' என்று உணர்ந்து, அவள் அப்பனைச் செவிட்டில் அறைந்து திருத்தாமல், சமூகத்திற்கு உரக்கச் சொல்லி மாற்றாமல், பாதிக்கப்பட்டவளையே காட்சிப் பொருளாக்கி விற்பனை செய்கிறது 'சொல்வதெல்லாம் சத்தியம்' மீடியா! இது இன்னொரு பகுதி.

தான் எதற்கும் காரணப்படாமல் (காரணப்பட்டிருந்தாலும்தான் என்ன? இப்போ அந்த ஆண்கள் மூன்று பேரில் ஒருவருக்கு எய்ட்ஸ் இருந்து, அவர் பார்வையில் கதை சொல்லப் பட்டிருந்தால் எப்படிச் சொல்லியிருப்பீர்கள்????? ஒரே ஒரு தடவை சபலப்பட்டதற்கு வந்த தண்டனை பார்றா என்றா?) ஒரு பெண்ணுக்கு எய்ட்ஸ் என்னும் உயிர்க்கொல்லி நோய். அவள் இன்னும் கொஞ்ச தினங்களில் அல்லது வருடங்களில் செத்துவிடப் போகிறாள். எப்படி நடந்து கொள்வாள்?

இதற்கு முன்பே தமிழ்ப்படங்கள் சாகப்போகும் ஒருவர் எப்படி எல்லாம் நடந்துகொள்வார் என்று சொல்லி இருப்பதைப் பார்ப்போம்.

நினைத்தாலே இனிக்கும் - கமல், ஜெயப்ரதா, ரஜினி நடித்தது. புரியாமையும் குழப்பமும் பயமும் கமல் மேல் (வாழ்க்கை மேல்) விரும்புதலும் விலகலுமாக ஜெயப்ரதா நடந்து கொள்வார். மரணம் பற்றி ஓரளவு சரியாக டீல் பண்ணுகிற படம்.

- வாழ்வே மாயம் கமல். ஹைய்யோ இது ஒரு அபத்தச் சித்திரம். படம் முடிந்த பின்னும் நான் படம் ஓட்டிப் பார்ப்பேன். அந்த ஹீரோயின் அதுக்கப்புறம் என்ன என்று வாழ்வாள்? தனது உச்சபட்ச நேசத்தைப் பெற்ற தன் காதலன் உயிரோடு இருக்கும் நிமிடங்களை அருமையாகத் தராமல், வெறுப்பாக நடத்திவிட்டோமே என்று குற்றவுணர்விலேயே புழுங்கிச் செத்துவிட மாட்டாள்? செத்தும் வாழ விடாத லூசுக் கோமாளிங்க.
- பாலைவனச்சோலை சோகச் (செயற்கை) சித்திரம்.
- 'உயிரே' படம். இது கொஞ்சம் நினைத்தாலே இனிக்கும் ஸ்டைல்.

பிருந்தா சேது

- ‘இதயத்தைத் திருடாதே’ ஜஸ்ட் லைக் தெட் போக்கிரித்தனமான பெண்ணாக வருவாள் ஹீரோயின். ஹீரோ வயலின் வாசிப்பார். பிறகு அவர் பார்வை மாறும்.
- ‘நீலவானம்’ என்று சிவாஜி நடித்தது. அதில், தான் செத்துருவம் என்று உண்மை தெரியவரும் கட்டத்தில், தேவிகா நடந்து கொள்வது. இன்னொசென்ஸ் ம் உண்டு; மரணம் தரும் முதிர்ச்சியும் உண்டு.
- ஓக்கே, இதில் ‘அருவி’யில் எப்படி அணுகி இருக்கிறார்கள்?

தான் காரணமே இல்லாமல், தனக்கு ஒரு சாவு வருகிறதென்றால், உலகத்தையே அழிக்கிற கோபம்... தன்னை உடலால் பயன்படுத்தி, ஏமாற்றியவர்களின் மேல்... தன்னைக் கிள்ளிய மாஸ்டரின் மேல் அவளது கோபம் காட்டப்படுகிறது. கோபத்தைக் காட்டமுடியாத சமயத்திலும், தண்ணீர் வைத்து தேய்த்துக் கழுவுவாள்.

எல்லாவற்றையும் விட யாரின் மேல் கோபம் வரும்? தான் மிக நேசித்த அப்பா தன்னைக் கைவிட்டதனால், தன் வாழ்வில் உண்டான அனைத்து வீழ்ச்சிக்கும் அப்பாதான் பொறுப்பு என்று தனது அப்பாவின் மேல்தான் கொலை வெறி வரும்!

- இல்லை, எல்லாம் படித்த (!) மேதாவி, ‘கருவிகளைக் கோபித்துப் பயனில்லை; எல்லாவற்றிற்கும் இந்த சமூகம்தான் காரணம்;

எனவே, அந்த மூன்று பேரிடம் எந்த வருத்தமுமில்லை என்று ஃபிலாசஃபி பேசுகிறாள் என்று வைத்துக்கொண்டால், அவளின் மொத்த கோபம் அல்லது கவனம் உலகத்தை சீர்படுத்தத் திரும்பி இருக்கும் அல்லது அழிக்க.

- அந்த மூன்று பேரும் தன்னிடம் ஸாரி கேட்பதுதான் அவளது நோக்கம் என்றால், எதற்கு சொல்வதெல்லாம் சத்தியம் நிகழ்ச்சி??? அவனுங்க வாயால ஊருக்கே சொல்லி தன்னுடல் களங்கமற்றது; தான் களங்கமற்றவள் என்று நிரூபிப்பதற்கா? இந்த நிகழ்ச்சிக்கு வரவில்லை என்றால் இவள் கெட்டாள் என்பதே யாருக்கும் தெரியாது; இவள் எவ்வளவு நல்லவள் - அவனுங்க இப்படிச் செஞ்சுட்டாங்க என்று சொல்வதற்கா? அதைத் துப்பாக்கி முனையில் செய்கிறாள் என்றால்... முன்பாதியில், அவளைச் செதுக்கிச் செதுக்கி உருவாக்குனதை எல்லாம் நீங்களே உடைச்சுடுறீங்களே? தனியாகப் போய்ப் பேசிப் பாருங்கள்; ஒவ்வொரு ஆணும் தன் தவறுகளுக்கெல்லாம் தான் தவறாததற்குக்கூட மன்னிப்புக் கேட்பான். அவள் அதைச் செய்யவில்லை. ஊர் முழுக்க அறிவிக்க என்ன காரணம்? அது ஒளிபரப்பப்படுமா? படாது என்று அறிந்து ஏன் செய்கிறாள்? என்ன செய்கிறோம் என்றே புரிபடாத ஆளா, அருவி?

- எதற்கு ஏன் அருவி, தன்னை நியாயப்படுத்த வேண்டும்? அவள் அவளாக யதார்த்தமாக இல்லாமல், எல்லா கருத்துருவாக்கங்களாலும் ஏன் ஆக்கப்பட வேண்டும்? சொல்வதெல்லாம் சத்யம் நிகழ்ச்சிக்கு வரும் அருவி, எதற்காகத் துப்பாக்கியுடன் வருகிறாள். துப்பாக்கியுடன் வந்து மனிதம் பேசுவது - அபத்தத்தின் உச்சம்!

இடைவேளைக்குப் பிறகு அருவி மூன்றுபேர் தன்னை பாலியல் வல்லுறவு கொண்டபோது, தான் பாதுகாப்பாக இருந்ததாகச் சொல்கிறாள். அதனால்தான் அவர்களுக்கு எய்ட்ஸ் வரவில்லை என்பதாக. இவள் வெகுளியா? ஏதும் அறியாதவளா? தனக்குப் பணம் வேண்டும் என்பதற்காக, என்னவும் செய்; எப்படியும் செத்துப் போ - என்று விட்டவள் இல்லையா? அவர்களுக்குள் என்ன மனிதம் இல்லையோ, இவளிடம் இருக்கிறதா? - என்ன கொடுமை சரவணன் இது?

* தவறு செய்த ஆண்களை இயற்கையும் தண்டிக்காது; பாதிக்கப்பட்டவளும் தண்டிக்கமாட்டாள்; தண்டிக்கப் போராட மாட்டாள்; அவள்கிட்ட 'ஸாரி' சொன்னால் போதும்; சட்டமும் அவர்களை ஒன்றும் செய்யப் போவதில்லை. அப்புறம்???

* எதுக்கு ஏன் பெண் மன்னிப்பதன் மூலமாகவே மனிதம் பேசறீங்க? ஆண் வழியாகப் பேசலாமே! சிறப்பான ஆண்பாத்திரங்கள் தமிழ் சினிமாவிற்குக் கிடைக்கும். 'மறுபடியும்' அர்விந்த் போல மென்மையான ஆண்களே, நிஜவாழ்வில் இல்லையா என்ன?

   எய்ட்ஸ் நோய் எப்படிப்பட்டது? அதை அருவெறுப்பில்லாமல் எப்படி அணுகுவது? நோய் பற்றிய இயல்பான புரிதலை எப்படித் தருவது? யாருக்கு என்ன நோய் என்றாலும் எப்படி மனிதத்தன்மையுடன் அணுகுவது? - இது தனி. இதுபற்றி சரியாகப் பேசப்படவில்லை.

* இதுஎல்லாம்தான் மூன்றாவது பகுதி.

   முதல் இரண்டு பகுதிகளும் களஆய்வு செய்து சரியாகப் படமாக்கி இருக்கிறார்கள். காட்சிப்படுத்தி இருக்கிறார்கள். மூன்றாவது பகுதி பரிதாபம் சேர்ப்பதற்குப் பதிலாக, முதல் இரண்டு பகுதிகளையும் தூக்கிச் சாப்பிட்டு சீரணித்து விடுகிறது.

   ஐயா, தமிழ் சினிமா புண்ணியவான்களே! பெண் ஹாட் ட்ரிங்க் குடிக்கும், சிகரெட் பிடிக்கும் அதிர்ச்சிகளை எல்லாம் கடந்து வரவே மாட்டீர்களா?

   இதில் பயங்கரக் கொடுமை என்னவென்றால் மூன்று பகுதிகளையும் சரியாக இணைக்கத் தவறியது!

   மசாலா படங்களைப் பொறுத்துக் கொள்ளலாம்.

   மனிதம் பேசுகிறேன் என்கிற படத்தில், சரியாகப் பேசி இருக்க வேண்டும். அந்தப் பொறுப்புணர்வு அவர்களுக்கு(த்தான்) உள்ளது!

   ஒரு சிறுகதை கூட எழுதி விடாத நான், இதுவரை ஒரு சினிமா எடுப்பதைப் பற்றிய முயற்சியைக் கூட செய்யாத நான், எப்படி ஒரு திரைப்படத்தை விமர்சித்துவிட முடியும்? எனக்கு என்ன தகுதி இருக்கிறது?

சிறுவயதில் ராஜாவின் அம்மண ஊர்வலம் பற்றிய கதை வாசித்திருப்போம். அந்தக் கதையில் மாதிரிதான். மெத்தப் படித்த பண்டிதர்கள் அல்ல; ராஜாவுக்கே அறிவுரை கூறும் இடத்தில் இருக்கும் பெரிய பதவியில் இருக்கும் அமைச்சர்கள் அல்ல; ராஜாவின் அம்மணத்தை - எளிய தெருவோரச் சிறுவன் *(சிறுமி)* தான் சொல்ல முடியும். உண்மையைச் சொல்ல யாராகவும் இருக்கத் தேவையில்லை.

இதை எழுத வேண்டிய பொறுப்புணர்ச்சிக்காக, நேற்றிரவு இரண்டாம் தடவையும் படம் பார்த்து எழுதியது இது. அதில்தான் முதலிரண்டு பகுதிகளுக்கான கனெக்டிவிட்டி புரிந்தது. டொரினோ பாட்டிலை சுத்தவிட்டு விளையாடும் அவள் பழக்கம், போகிற போக்கில் 'சொல்வதெல்லாம் சத்தியம்' போஸ்டர் ஒட்டப்படுவது, என்னைச் சிரிக்க வை' என்பது, பெட்' கட்டுவது...

இதையெல்லாம் தாண்டி, ஒரு சீன் முதல் தடவை பார்க்கும்போதே, என்னை அவ்வளவு வசீகரித்தது. ஃப்ரெண்டின் அப்பா வல்லுறவு கொள்வதை - இப்படிக் காட்டியிருப்பது - இவள் வயிறு வீங்கிப் பெருத்து, ஆபரேஷன் தியேட்டரில் 'கிடார்' பெற்றெடுப்பாள். சிறப்பு!

பி.கு : ஒரு டவுட்டு. 'சொல்வதெல்லாம் உண்மை' யா? அல்லது 'கதையல்ல நிஜமா?'

(19.12.2017)

திதி

கன்னடம்

Got 'Golden Leopard Award' from Locarno Festival, Swiss

டைரக்ஷன்: ராம் ரெட்டி

ஃ

27.01.18 அன்று டிஸ்கவரி புக் பேலஸில், வாசகசாலை - திரைக்களம் சார்பாக நடந்த 'திதி' கன்னடப் படம் குறித்த கலந்துரையாடலில் பேசியதன் - திருத்திய முழு வடிவம்.

ஃ

'சில படங்களை இரண்டாவது தடவை பார்க்க முடியாது. பார்க்கத் தோன்றாது. பார்க்கமாட்டேன். 'பசி', 'துலாபாராம்' படங்களை சின்ன வயதில் எப்ப பார்த்தேனோ, அப்ப பார்த்ததுடன் சரி. அப்புறம் பார்க்கவே இல்லை.

சீரியஸ் கதையை - நேரடியாக சீரியஸாகவே சொல்லியிருப்பார்கள்.

அடுத்து 'வீடு' (1988, பாலுமகேந்திரா) 'தண்ணீர் தண்ணீர்' (1981, பாலசந்தர்) வகைப் படங்கள். அவார்ட் படங்கள். நிஜ வாழ்வின் அதே வித சலிப்பை அப்படியே அப்பட்டமாகப் பதிவு செய்திருப்பார்கள்.

இன்னொரு வகை - 'பீப்லி (லைவ்)' (2010) என்று ஆமிர்கான் மற்றும் அவரது மனைவி தயாரிப்பில் 'அனுஷா ரிஸ்வி' என்கிற பத்திரிகையாளர் டைரக்ட் பண்ணியது. விவசாயிகள் தற்கொலை பற்றியது. ஏழை விவசாயி ஒருவன் தன் சகோதரனிடம் 'இப்படியே போய்க்கிட்டிருந்தா, நா தற்கொலை பண்ணிக்கொள்ள வேண்டியதுதான். நா இறந்ததும், அரசாங்கம் பணம் கொடுக்கும். அத வச்சு நீயும் நம்ம குடும்பமும் பிழைச்சுக்கலாம்' என்பான். இந்த விசயம் எப்படியோ லீக்காகி, கிராமம் முழுவதும் பரவிவிடும். மீடியா மொத்தமும் கிராமத்தில் லேண்ட் ஆகிடும். 'நீ இன்னுமா சாகல' என்று மொத்த உலகமும் கேட்பது போல போகும் கதை. தீவிரமான கதையை, நகைச்சுவையாகச் சொல்லியிருப்பார்கள்.

ஃ

இந்தப்படம் 'திதி' -'பீப்லி (லைவ்)' போல.

ஒரு எளிய கிராமம். அதன் அச்சு அசலான மனிதர்கள். கிராமத்தின் புழுதிபடிந்த தெருக்களும், இயல்பான மனிதர்களும், பூச்சுகளற்ற நிறமும் அழுக்கும் கசடும் அப்படியே இருக்கும். நவீனத்தையும் கிராமமக்கள் அதே வெள்ளந்தியுடன் இயல்பான வீச்சில் எதிர்கொள்வதைக் காட்டியிருப்பார்கள்.

ஃ

கிராமத்தில் உள்ள வீடுகளுக்கு, தேனீக் கூடுகள் போல பல வாசல்கள் உள்ள கதைகள் இருக்கும். அப்படி ஒரு வீட்டினுடைய கதைதான் 'திதி'. நான்கு தலைமுறைக் கதை.

எங்கள் ஊரில் 'நாய்னா' தாத்தா என்று ஒருவர், போகிற வருகிற எல்லாரையும் வம்பிற்கு இழுத்துக்கொண்டே இருப்பார். எழுபதுக்கு மேல் வயசு. நடமாட்டம் குறைவு. அப்படி ஒரு ஆள்தான் 101 வயது 'செஞ்சுரி கௌடா.' வார்த்தைகள் அப்படியே சவுக்குக் கொடுக்கு போல. பட ஆரம்பத்தில் ஒரு ஸீன்தான் இவர் வருவார். இறந்து விடுவார். இவரது இறப்பிலிருந்து, பதினோராம் நாள் காரியம் வரை நடக்கிற நிகழ்வுகள்தான் கதை.

செஞ்சுரி கௌடாவுடைய மகன் 'கடப்பா' (கடப்பா என்றால் கன்னடத்தில் 'தாடிக்காரர்' என்று பொருள் போல). இவர் ஜெயகாந்தனின் 'ஒரு மனிதன் ஒரு வீடு ஒரு உலகம்' ஹென்றியைப் போல. சரியான டோன்ட் கேர் மாஸ்டர். அவருக்கு நேற்றுமில்லை; நாளையும் இல்லை. இன்றைப் பற்றியோ கவலையே கிடையாது. படம் முழுவதும் ஒரு காரணமும் இல்லாமல் அலைந்தபடி இருப்பார் ; நடந்து கொண்டே இருப்பார். எப்பவும் மெலிதான புன்னகையுடன் திரிந்துகொண்டிருப்பார். மகன் சொத்து கேட்டால், 'நீயே எடுத்துக்கோ; எனக்கு எதுவும் தேவையில்ல' என்பார். ரிஜிஸ்ட்ரர் ஆஃபிஸ் போவது, லௌகீக வாழ்வின் விதிமுறைகள் எதற்கும் கட்டுப்பட மாட்டார். தன் போக்கில் இருப்பார்.

செஞ்சுரி கௌடாவினுடைய பேரன் - 'கடப்பா'வினுடைய மகன் தம்மண்ணா. இவர் பொறுப்பாளி. குடும்பி. தாத்தா ப்ளே பாய்; அப்பா நாடோடி. இவர்தான் குடும்பத்தைக் கட்டிக் காப்பாற்றும், கவலைப்படும், உழைக்கும், மிக டென்ஷனாகும், போராடும் குடும்பஸ்தர். தாத்தா இறந்ததும், பூர்விகச் சொத்தை விற்க இவர் படும்பாடு, நடைமுறை வாழ்க்கையின் எதற்கும் ஒத்துவராத அப்பாவை சமாளிக்க மேற்கொள்ளும் முயற்சிகள் - சிரிக்க வைக்கும்; ஒரு கட்டத்தில் எல்லாம் கைமீறி போகும்போது, பாவமாக இருக்கும்.

செஞ்சுரி கௌடாவுடைய கொள்ளுப்பேரன் - கடப்பாவுடைய பேரன் - தம்மண்ணாவுடைய மகன் அபி. இவன் தனது தாத்தா கடப்பாவைப் போல. ரொம்ப அலட்டிக்காத சுபாவம். படத்தில் இவனுக்கு ஒரு காதல் உண்டு.

பெண் பாத்திரங்கள்:

இந்தப் படத்தில் பெண்கள், அவர்களுக்கான காட்சிகள் குறைவு. தம்மண்ணாவின் மனைவி, தண்ணீர்கக் குடம் தூக்கிப்போகிற பெண், அபியின் காதலியாக வருகிற காவேரி இப்படி.

வழக்கமாக படங்களில் காதலர்களுக்குள் கலவி முடிந்ததும் பெண் அழத் தொடங்குவாள். இதில் அப்படி அல்ல. காவேரி மிகச் சுதந்திரமான சுபாவம் உள்ளவள். கிட்டத்தட்ட கடப்பாவின் பெண் வடிவம் போல. சில இடங்களில் அதையும் மீறிய வடிவம் - ஒரு பெண் என்பவள் நிச்சயம் இப்படித்தான் இருப்பாள். அவள் அபியிடம் சொல்வாள். 'எங்க போறோம்னு தெரியாது; தேடிக் கண்டு பிடிச்சு கல்யாணம் பண்ணு' என்று.

படத்தில் நடிக்காமலேயே ஒரு பெண் பாத்திரம் வரும். கடப்பா தன் நேசம் மிக்க மனைவி பற்றி சொல்கிற வார்த்தைகளாக.

பிடித்த காட்சிகள்:

- படத்தில் எடுத்தவுடனே ஒரு மரணம் வருகிறது. படக் கடைசியில் ஒரு கலவி வருகிறது. இரண்டு காட்சிகளிலும் ஆடு, மாடு, கோழிகளைக் காட்டுகிறார்கள். இது எதேச்சையாக நடந்ததா அல்லது திட்டமிட்டு எடுக்கப்பட்டதா என்று தெரியவில்லை. ஆனால், அவ்வளவு வசீகரித்தது.

- கடப்பா தனது வாழ்வை ஓரிரு வார்த்தைகளில் சொல்கிற சீன். மொத்தப் படமுமே இந்த விதைப் புள்ளியிலிருந்து விரிந்த மரம்தான்.
- திதி பத்திரிகை கொடுக்கும்போது, வாங்கிக்கொண்டு 'ம்ஹும்... செஞ்சுரி கௌடா நல்ல திடகாத்திரமான ஆளு. இறந்துட்டாரா' என்று ஒரு பாட்டி சொல்லும். சரியான ப்ளேபாய் அந்த தாத்தா செஞ்சுரி கௌடா என்பது புரிந்து, நமக்கு சிரிப்பு வரும்.
- அபி, சைட் ஸ்டாண்டுடன் பைக்கைச் சுழற்றி திசைமாற்றி எடுத்துப் போகிற காட்சி.

ஃ

The Red Turtle -என்று அனிமேஷன் படம். உலகின் எல்லா பெரிய டைரெக்டர்களாலும், சிந்தனாவாதிகளாலும் பெருவாரியாகக் கொண்டாடப்பட்ட படம். மிகச் சிறந்த படைப்பு. அதன் கோட்டோவியங்களின் எளிமை. ஒரு நிழலைக் கூட, நீரினுள் விழும் நிழலைக் கூட அற்புதமாகக் காட்டி இருப்பார்கள்.

கதை: ஒரு மனிதன் எப்படியோ ஒரு தீவை வந்தடைந்திருப்பான். அங்கிருந்து தப்பிச் செல்ல, மூங்கில்களைக் கொண்டு ஒரு படகு உருவாக்குவான். நாட்கள், மாதங்களாகும். அதுவரை எதையோ தின்று எப்படியோ வாழ்வான்.

படகைக் கடலில் செலுத்தும்போது, படகு உடைபடும். இப்படி சிலப்பல தடவைகள் நடக்கும். படகை உடைப்பது ஒரு சிவப்பு ஆமை என்று கண்டுகொள்வான். ஒருநாள் கரைக்கு வரும் ஆமையைத் தாக்குவான். அது அப்படியே கிடக்கும்.

அதன் மேல், அவனுக்கு கருணை பிறக்கும் நிமிடம், அது பெண்ணாக மாறியிருக்கும். அந்தப் பெண்ணோடு வாழத் தொடங்குவான். இப்படிப் போகும் கதை.

அதிலொரு காட்சி. இவன் சட்டை நைந்து (22:00 நிமிடங்கள்), கடல் மிருகம் ஒன்றின் தோலைப் பதப்படுத்தி (22:48) அணிவான். பிறகுதான் ஆமை, பெண்ணாக மாறி, வெறும் ஓடு மட்டும் கிடக்கும். இவன் பெண்ணைத் தேடுவான். அவள் செடிகளுக்குள்

இருப்பாள். அல்லது கடலுள். இவன் அவளைப் புரிந்து (!?) தனது 'ஷர்ட்டை' கரையில் வைப்பான். அவள் அதை அணிந்து கொள்வாள். (36:24)

இதில் இரண்டு விஷயங்கள்:

ஒன்று: நைந்து போன ஷர்ட், திடீரென்று எப்படி புத்தம் புதிதாய் முளைத்தது என்கிற கன்ட்டினிட்டி (காட்சித் தொடர்பு) விட்டுப் போனது.

இரண்டு: ஒரு பெண்ணைப் பற்றிய காட்சியில், டைரக்டரின் 'மறைத்தே ஆக வேண்டியது பெண்ணுடல்' என்கிற பார்வை வலிந்து திணிக்கப்பட்டிருப்பது. அது பெண்ணுடல் - மறைத்தே ஆக வேண்டும் என்றால், நீண்ட தலைமுடியால் அவள் தன்னுடலை மறைத்திருப்பதாகக் கூட காட்டியிருக்கலாம் ; பிறகும் இந்தப் பெண்ணுடலைப் பற்றிய 'கருத்து பிம்பம்' தொடர்ந்து வரும். நீருள் அமிழும்போது கூட உடைகள் மேலெழாது, அவள் நீந்தும் காட்சிகள், அவளுடலை மறைப்பதிலேயே உயிரற்றுப் போகும். இயல்பற்று இருக்கும்.

இந்தக் காட்சியிலிருந்து எனக்கு படத்தின் தொடர்பு மனதில் அறுந்தது. பிறகு, படத்தின் எதுவும் மனதில் ஒட்டவில்லை.

ஒரு படம் தரும் அனுபவம் என்பது இதுவல்ல. என்ன சொல்ல வருகிறோமோ, அதை அதாகக் காணச் செய்வது; உணரச் செய்வது; படத்தின் தொடர்பு அறாமல், இழை இழையாக நம்மை அதனுள் பிணைப்பது.

'திதி' படம் முழுவதிலும் எங்குமே, டைரெக்டர் துருத்திக்கொண்டு தென்படவில்லை. எந்த நொடி காட்சிக்குள் விழுந்தோம் என்று தெரியாமல், ஒரு கிராமத்தில் அந்த மனிதர்களுடன் நாமும் இருப்போம். ஒவ்வொரு காட்சியும் ஒன்றுடன் இன்னொன்று அழகாகப் பிணைக்கப்பட்டிருக்கும். மனிதரின் குண வார்ப்புகள், இயல்புகள், முரண்கள், தற்செயல்கள் எல்லாம் மிக அழகாக எளிமையாக ஒன்றோடொன்று இயைந்து இணைந்து அமைந்திருக்கும். அந்தந்தப் பாத்திரங்கள் அதனதன் இயல்பில் வார்க்கப்பட்டிருக்கும்; படம் முழுக்க வாழ்வின் மீதான காதல் மெலிதாக இழையோடும்.

ஒட்டுமொத்தமாகப் படம் - முளைத்துக் கிளைபரவி, அப்படியே அந்தரத்தில் விட்டுச் செல்லும் - ஒரு மரம் போல, அத்தனை தன்னியல்பு; அத்தனை முழுமை.

ஃ

'இயேசு கிறிஸ்து தண்ணீரை திராட்சை ரசமாக்கினார். அப்படி என்றால் நான் ஏன் ஒரு திராட்சைக் கொடியை ஏசுவாகப் பார்க்கக்கூடாது?' - இது எஸ்.ரா சொல்லியதா என்று எனக்குத் தெரியாது; ஆனால், எஸ்.ரா சொல்லித்தான் எனக்குத் தெரியும்.

நமக்கு கத்திரிக்காய் செடியில் புடலங்காய் காய்த்தால்தான் அதிசயம். யதார்த்தத்தில், வாழ்வைக் கவனித்து, ரசித்து வாழ்ந்தால், கத்திரிக்காய் செடியில் கத்திரிக்காய் விளைவதே பேரதிசயமல்லவா?

அப்படி ஒரு பேரதிசயப் படம் 'திதி'.

ஃ

கார்வான்

ஹிந்தி

'கார்வான்' படத்திற்கு டிக்கெட்டே கிடைக்காமல், சனிக்கிழமை கிடைத்த இடத்தில் கிடைத்த நேரத்தில் இரண்டு டிக்கெட்டை 'டமால்'னு இழுத்துப் பிடிச்சு போட்டும் திட்டமிட்டபடி போக முடியாமல், மறுநாள் 'எப்படியும் விட்றதில்ல' என்று 9:45க்கு போட்டு 'பழாசோ'வில் ஞாயிறு இரவின் தூக்கத்தைக் கட்டுப்படுத்திக் கொண்டு, ட்ராஃபிக் லெஸ் ரோடை என்ஜாய் பண்ணி ட்ரைவ் செய்து, ஸ்நாக்ஸ் வாங்கிக்கொண்டு ஸ்கிரீன் போய் நின்றால் -

அது காலை 9.45ற்கு போட்ட டிக்கெட். 'செம பல்பு' 'இதுதாண்டா பல்பு' :(வாழ்வில் இதுவரை இப்படி நடந்ததே இல்லை. ச்சே!!!

மகள் கழுவிக் கழுவி ஊத்த, வீடு வந்தோம்.

மகள் எப்போதும் துல்ஹரின் அலட்டலில்லாத நடிப்பை வியந்தோதுபவர். மென் சிரிப்பு, இதமான பார்வை, மிதமான நடிப்புடன் - அந்தக்கால ஜெமினி போல - துல்ஹரை யாருக்குத்தான் பிடிக்காது. இது சார்லி போல ட்ராவலை குறித்த படம் என்பது போஸ்டரைப் பார்த்தாலே தெரிகிறது. போயே ஆகணும் என்று அடம்.

‘அமேஸான் பிரைமில்வரும்விடுடா’ என்று அப்போதைக்கு சமாதானப் படுத்தினேன்.

திங்கள் ஆஃபிஸ் பர்மிஷன் போட்டு, 4 மணி ஷோ, சத்யம் தியேட்டர். பள்ளி முடிந்ததும் சர்ப்ரைஸாகக் கொண்டு நிறுத்தினேன். என்ன ஆனாலும் சரி பார்த்தே தீருவது. பார்க்கும் முன்பே இப்படி அலைய வைக்குதே படம் - உனக்காச்சு எனக்காச்சு பார்த்துருவம்.

அற்புதமான படம்! அருமையான திரைக்கதை! வேறொன்றும் சொல்லத் தோன்றவில்லை. பார்சல் மாறிப் போகிறது. அவ்வளவுதான் கதை. பட போஸ்டரிலேயே முழுக்கதையும் இருக்கிறது.

மலையாளமே தெரியாத ஹிந்தி பேசுகிறவராக துல்ஹர், அவர் ஃப்ரெண்ட் இர்ஃபான், டீனேஜ் கேர்ல். படம் ஒரு அழகான ட்ராவல். அமலா - அக்னி நட்சத்திரத்தில் கேட்ட அதே செல்லக்குரல்! படம் - படத்தில் வரும் இந்தக்கால அந்தக்கால வரும்கால எல்லா மனிதர்களையும் நேசிக்க வைக்கிறது.

எனக்குத் தெரிந்து- அமிதாப்’பிற்குப் பிறகு மிகக் குறைந்த முக அசைவுகளில், பிரமாதமான உணர்வுகளை வெளிப்படுத்தும் ஹீரோக்கள் ஹிந்தியில் இல்லை.

அவருக்குப் பிறகு துல்ஹர்தான்.

நண்டுகளோட நாட்டில் ஒரு இடைவேளை படம் போல, படம் முழுவதும் அவ்வளவு சிரித்தோம். ஒரு கணம் தாங்கமுடியாமல் அழுதோம்.

இப்படி ஒரு படத்திற்கு எத்தனை அலைச்சலும், செலவும் செய்யலாம். ஹிந்திப் படவுலகு கொடுத்து வைத்திருக்கிறது - அதி அற்புதமாக துல்ஹர் கிடைத்திருக்கிறார்.

(21.08.18)

மண்டோ
ஹிந்தி

இதை விட சரியாக மண்டோவை அணுகிவிட முடியாது. அவர் கதையைச் சொல்ல இதைவிட அருமையான திரைமொழி கிடையாது. நந்திதா தாஸ் எனும் கலைஞரை மிக வியக்கிறேன். சாதத் ஹசன் மண்டோ என்கிற மனிதரின் எழுத்தின் காலடியில் பணிந்து அல்ல; தலையில் ஏறி சவாரி செய்திருக்கிறார். தலைக்குள் புகுந்து வெளிவருகிறார்.

மண்டோவின் எழுத்து என்பது அவர் வாழ்வு; அவர் எழுத்தையே, அவரது வாழ்வாக்கி தந்திருக்கிறார் நந்திதா. அதற்குத் துணைபுரிவது - காட்சியமைப்புகளும், நடிகர்களும் மட்டுமல்ல, ஒலி நம்மைச் சுற்றிலும் வளைத்து, அந்தக் காட்சிகளின் காலத்திற்குள் விடுகிறது.

'நவாஸ்தீன் சித்திக்' அப்படி ஒருவர் இந்தப் படத்தில் இல்லவே இல்லை; 'மண்டோ'தான்!

முதல் காட்சியிலேயே, மண்டோவின் எழுத்து - முகத்தில் அறையும் நிஜமாக, பேரலையாக

மேலெழும்பி நம்மைத் திரைக்குள் இழுத்துக்கொள்கிறது. அலைகடலென ஆர்ப்பரித்து நம்மை விழுங்கத் தொடங்குகிறது. அவரது எழுத்துகளிடம் போலவே, படத்தின் கைகளில் ஒப்புக் கொடுப்பதைத் தவிர வேறென்ன?

மண்டோவின் மிகச் சிறந்த அல்லது மிகச் சரியான சில கதைகளைத் தெரிவு செய்து காட்சி மொழியாக்கி, எழுத்தையும் அவர் வாழ்வையும் பின்னி, சரியான சரிவிகிதக் கலவையாகத் தந்த விதம், எதிலிருந்தும் சற்றும் விடுபட முடியாமல் நாம் தவித்து, இது இந்துஸ்தானா பாகிஸ்தானா - என மனித விதிமுறைகள் விளங்காமல், பதினைந்து தினங்கள் நின்றே இறந்து போகிற பைத்திய நிலைதான் நமது. மண்டோ'வின் நிலை விளங்குகிற இடமும் அதுவே.

கடைசியில், பட முடிவில் எங்கு திரும்பினாலும் நீர் சூழ, மீள முடியா மண்டோ' கடலுக்குள் நாம்!

வெகு தினங்களுக்குப் பிறகு, காட்சி மொழியில், கதையில், கதை சொல்லலில், திரைக்கதையில், ஒளி - ஒலியில், இசையில் என மிக நிறைவான படம்!

மண்டோவைத் தெரியாதவர்களும் வாசிக்காதவர்களும் லயிக்கும்படியான படம்!

(24.09.2018)

96

தமிழ்

சின்சியராக எடுக்கபட்ட மொக்கைப்படம்.

ஒளிப்பதிவும், பாடலும் இசையும் கு.உமாதேவி மற்றும் கார்த்திக் நேதாவின் வரிகளும் படத்தின் மிகப் பெரிய ஆறுதல்; ஆகச்சிறந்த பலமும் அதுவே.

சமகாலப் படங்களான மேற்குத்தொடர்ச்சி மலை, பரியேறும் பெருமாள், 96 மூன்று படங்களிலுமுள்ள ஒற்றுமை எனப் பார்த்தால், ஹீரோயினைக் கவர்ச்சிப் பொம்மையாகப் பார்க்கும் போக்கு மூன்று படங்களிலும் இல்லை. இன்னும் சொல்லப் போனால் ஒரு மரியாதையான பார்வை இருக்கிறது. ஆனால் மற்ற இரண்டு படங்களிலும் இல்லாத ஒரு பிற்போக்குத்தனம் 96ல் உள்ளது. அது 1996 காலப் படங்களின் போக்கிலேயே பெண்களை அணுகி இருக்கிறது. தூங்கும் நாயகியின் தாலியைத் தொட்டுக் கும்பிடும் நாயகன்.

தாலியைக் கொண்டாடும் ‘சின்னத் தம்பி’ படத்தின் இன்னொரு வகை சாஃப்ட் வெர்ஷன்தான் இது!

ஃ

இதைச் சொல்ல வேண்டுமா என்று தெரியவில்லை; ஆனால் சொல்லத்தான் வேண்டும். 'பெண்ணியம்' என்றால் என்ன என்பதைப் புரிய விருப்பமோ, அதற்கான ஆர்வமோ, முயற்சியோ இல்லாத இந்த சமூகத்தில் - நான் ஆணீயமோ பெண்ணீயமோ பித்தளையீயமோ பேச வரவில்லை.

ஒரு அரை மணிநேரம் ஆணும் பெண்ணும் சேர்ந்திருந்தாலே கலவி நடந்துவிடும் என்கிற எண்ணம் இருக்கிற, பள்ளிக்கூடக் குழந்தைகள் - குழந்தைப் பருவத்திலேயே கலவி செய்து விடுவார்கள் எனத் தனித்தனியே படிக்க வைக்கும் கல்விக் கூடங்கள் இருக்கிற, உடல்களைப் பிரித்து வைத்தால் 'கற்பு' நிலைபெற்று விடும் என்று நம்புகிற இந்தக் கலாசாரம்தான் -

'மருந்து சாப்பிடும்போது குரங்கை நினைக்கக்கூடாது' என்கிற கதையில் போல, எப்போதும் அதையே நினைத்து காமவக்கிரம் பிடித்து அலைகிறது.

எல்லாருமே கலவியால் பிறந்தவர்கள் என்பதுதான் இயற்கை. தொடாமலே காதலித்தவர்கள் உட்பட. படத்தில் - அவர்களின் தொடுகை; தொடாமையை சமூகம்தான் தீர்மானிக்கிறது. இயற்கையோ காதலோ அல்ல; இயற்கையும் காதலும் சங்கமத்தைதான் வேண்டுகின்றன.

இரவிற்கே உரிய மேஜிக் - இரவு எப்போதும் நீண்டு நெடிது வளர்ந்து இருப்பது; பகலை விட நெருக்க உணர்வைக் கொடுப்பது. பிரிந்த காதலர்கள் சேர்ந்தால் என்று எத்தனை பழந்தமிழ்ப் பாடல்கள் என்னவெல்லாம் உணர்வுக்கோவைகளை அள்ளி வீசுகின்றன. அப்படிப்பட்ட இருவர். அப்படியான இரவு. படத்தில் எப்படி இருக்கிறது?

யாரும் படத்தை ஏகப்பட்ட முன்முடிவுகளுடன் அணுகி, முத்தத்தையோ தழுவலையோ எதிர்பார்த்து ஏங்கவில்லை ; படத்தின் கதாநாயகன், அவனுடைய கதாபாத்திரத் தன்மை - கதாநாயகி, அவளின் துடுக்குத்தனம், இவனிடம் வாஞ்சையோடு பழகுவது என்று ஆரம்பத்திலிருந்து கொண்டுசென்றிருக்கிற விதம்தான் ஆர்வத்தைத் தூண்டுவது!

ஃ

'இறந்தவன்' என்று ஆதவன் எழுதிய கதை ஒன்று. அலுவலக ரீதியாகப் பிடித்த தோழமைகள் இருவர் - அவள் விருப்பத்தை அறியவே இல்லைபோல, அதை உணர மறுத்து ஒரு பெரும் அவமதிப்பை நிகழ்த்துவான் கதை நாயகன். அப்படியொரு அவமதிப்பு இந்த படத்தில் கதாநாயகிக்கு நிகழ்கிறது.

படத்தின் நாயகன் ஒரு ட்ராவலர், போட்டோக்ராபர்! அதிகம் பேசாதிருத்தல் ; அளவு கடந்த பொறுமையோடு காத்திருத்தல்; அதனதன் இயல்பைச் சிதைக்காமல், அதனதன் இயல்போடு ரசித்தல்; இயற்கையோடு இயற்கையாக இயல்புறக் கலத்தல்! இப்படித்தானே இருந்திருப்பான், இருக்கக்கூடும்!

அவனது வாழ்க்கையில் காதலியுடையது மட்டுமல்ல, எதிர்ப்படும் பேரியற்கையின் நேச இதழ்கள் எல்லாம், இயல்பாக எவ்வளவோ முறைகள் அவன் மேல் பட்டிருக்கும். அவனை ஒரு ரிசர்வ்ட் டைப் என்று வைப்போம். ரிசர்வ்ட் டைப் ஆட்கள் எல்லாருமே, தனதான மனிதர்களிடம் பேசிக் கொண்டே இருப்பார்கள். உப்புசப்பில்லாத விஷயங்களைக் கூட ஆர்ப்பரித்து பேசிக் கிடப்பார்கள். இந்த உலகத்து மனிதர்களிடம் பேச வேண்டிய அனைத்தையும், தனதானவர்களிடம் மனதாரப் பேசுவார்கள். எக்ஸ்ப்ரஸிவ் என்று பெயரெடுத்தவர்களை விடப் பேசுவார்கள். அவ்வளவு தேக்கி வைத்திருந்து, பொழிவார்கள்!

வாழ ஆசைப்பட்ட அவ்வளவு நேசித்த இருவர் பேச்சின் நெகிழ்வான தருணங்களில் முத்தமிடுவதோ, அணைத்துக் கொள்வதோ அவரவர் விருப்பம். ஆனால், இளையராஜாவும், வாதாம் கொட்டையும் படத்தோடு இயல்பாகப் பொருந்திப் போவது போல - தழுவல்/தழுவலின்மை பொருந்திப் போகவில்லை. துருத்திக் கொண்டு தெரிகிறது. நிகழ்ந்திருக்க வேண்டிய முத்தத்தை அல்லது தழுவலை - இதோ இப்ப நடக்கப் போகுது, இல்ல இப்ப, இதோ இந்தத் தருணம்தான் அது - என்று 'திகில்' பட ரேஞ்ச்சுக்கு, சீட்டின் நுனிக்கு வர வைத்து, 'அடப் போங்கையா இனி சமைஞ்சாத்தான் என்ன மொமெண்ட்டுக்கு பார்வையாளனைச் சிறுமைப்படுத்தி, காட்சிகளை நகர்த்திய விதம், தொண்ணூற்றாறாம் ஆண்டில் கதாநாயகனையும் நாயகியையும் உருகி உருகிக் காட்சிகளைக் காட்டிய இயக்குநரை சிதைத்துவிட்டது.

'உதிரிப் பூக்கள்' கடைசி ஸீன். விஜயனை ஆற்றை நோக்கி ஊர் மக்கள் எல்லாரும் நகர்த்திச் செல்வார்கள். அப்போது அவர் பேசும் டயலாக் ' நான் செய்ததிலேயே பெரிய தவறு எது தெரியுமா; உங்க எல்லாரையும் என்னை மாதிரி ஆக்கியது' என்பார். அப்படித்தான், அந்தக் காட்சி - காட்சிப்படுத்தப் பட்டிருந்தால் நொடி நேரக் கவிதையாக மின்னி மறைந்திருக்கும். இவ்வளவு தூரம் மனதில் யோசிக்க வைக்கப்பட்டிருக்காது. இந்தளவு எஃப் பியில் பேசப்பட வைத்து வதைத்திருக்காது.

ஃ

விண்ணைத் தாண்டி வருவாயா - படத்தில் பாடல் நடுவே அந்த கிஸ் ஸீன். சமூகத்திற்காகத் தன் காதலை மறுக்கிறவள்தான் ஜெஸ்ஸியும். அந்த முத்த மறுப்பில், மறுப்பின் போதே அதற்கான உடன்படலும் தெரியும். அதே த்ரிஷா நடித்த 'என்னை அறிந்தால்' படத்தில்- 'மழைவரப் போகுதே' அந்தப் பாடலே குறுங்கவிதை. இப்படி எல்லாம் நடித்த அதே த்ரிஷா'தான், மதுரையை மீட்ட சுந்தர பாண்டியனில் எம்ஜிஆர் வயதை மறைக்கப் பாடுபட்டதை விடப் பாடு பட்டு, உணர்ச்சியைக் காண்பித்தால் வயதும் வெளிப்பட்டு விடும் என்று அரும்பாடுபட்டு நடிக்காமலிருக்கிறார். அல்லது முகத்தை மூடிக்கொள்கிறார்.

ஐயகோ, இளமை என்பது உடல் அல்ல! ஆயிரத்தோரு சுருக்கங்களுடன் டைட்டானிக் பாட்டி கடைசி சீனில் முகத்தில் சொல்லாததா? இந்தக் காதல்! நினைக்கும்போதே நாம் அந்த வருடங்களுக்குள் - வயதிற்குள் விழுந்து விடுவோம். உங்கள் சுருக்கங்கள் எங்கள் நினைவில் தங்காது.

ஃ

இந்தப் படத்தைப் பார்த்து அனைவரும் உருகுவது அவரவர் காதல் நினைவில்; படத்தினால் அல்ல.

குறிப்பு:

காதல் கோட்டை *(1996)*, பூவே உனக்காக *(1996)*, கல்கி *(1996)*, காலமெல்லாம் காதல் வாழ்க *(1997)*, சொல்லாமலே *(1998)*, அழகி *(2002)*, ஒருதலைராகம் *(1980)*, புதுவசந்தம் *(1990)*, இதயம் *(1991)*, சின்னத்தம்பி *(1991)*

- இந்தப் படங்களை எல்லாம் மனதில் ஓட்டிப்பார்த்து, பிறகே எழுதப்பட்டது இது.

(08.10.18)

அசுரன்

எம் மண்ணின் படம்

கேமரா (வேல்ராஜ்) சிறுத்தை. முதல் முறையாக, ஹீரோயிசத்திற்கு என்றில்லாமல் தாழப் பறக்கிறது; பறந்து பாய்ந்திருக்கிறது. அது தவித்துத் தாவும் போதெல்லாம், மனமும் அதோடு பறக்கிறது; மண்ணில் புரண்டு உருள்கிறது; புழுதி வாரி, காயத்தோடு கலந்த மண்ணாகிறது; பலசமயம் படம் வேறு, நாம் வேறு அல்ல என்கிற உணர்வைத் தருகிறது; மிகச் சில சமயம் தர முடியாமல் போவதற்கும் திரைக்கதையின் போக்கு காரணமே தவிர, கேமரா அல்ல. சண்டைக் காட்சிகளில் (பீட்டர் ஹெயின்) விநோத துள்ளலுடன், ஒளிப்பதிவு அட்டகாசமாக இருக்கிறது. சிறப்பு!

கேமராவிற்கு அடுத்து இசை (ஜி.வி.பிரகாஷ்), தனக்கான நியாயத்தைச் செய்திருக்கிறது. (எனக்கு பர்செனலாக, 'பறை' இசை தேவைப்பட்டது.)

சினிமா உலகில் 'பராசக்தி' தந்த பேரதிர்வை, கலகத்தை இந்தப் படம் ஏற்படுத்தும். அதேயளவு காலம் கடந்து எப்போதும் பேசப்பட்டுக்கொண்டே இருக்கும்.

முதல் பாதி ஒவ்வொரு ஃப்ரேமும் கனகச்சிதம். பன்றி வேட்டையாகட்டும், மனித வேட்டையாகட்டும், உயிர் துள்ளத் துடிக்கையில் - அது கதை, அது திரை என்கிற உணர்வேயில்லை. ஆண்டாண்டு கால வலியை அப்படியே நமக்குக் கடத்துகிறார்கள். பூமணியின் 'வெக்கை'யின் முதல் வரிகள் கொலையில் தொடங்கும். இதில் திரை கேட்கும் மொழிக்கேட்ப, நிகழ்வில் தொடங்கி, காரணங்களை அடுக்கி,

ஒரு கட்டத்தில் நமக்கே கோபம் வந்து, வெறி தலைக்கேறி, நாமே கொலைவெறி கொள்ளும்போது, கொலை நிகழ்கிறது. அதற்கான நியாயங்களுடன். இது கதையின், திரைக்கதையின் மேஜிக்!

நண்பர் ஒருவர், சினிமா பற்றிய உரையாடலில், சத்யஜித்ரேயின் காட்சிமொழி பற்றிக் குறிப்பிட்டார்... 'ஸ்டேஷனைக் காட்டுவாய்ங்க; தண்டவாளத்தக் காட்டுவாய்ங்க; பன்றியைக் காட்டுவாய்ங்க; ஒரு மனுசனைக் காட்டுவாய்ங்க; ரயில் அப்படியே 'கூ'வென, புகை கக்கி, பாய்ந்து வரும்; நமக்கு அந்த மனுசனுக்கு என்னாகப் போகுதோன்னு பதறும்; கடைசீல பன்றி அடிபட்டுச் சிதறும்; உயிர் வாதையில் மனுசனென்ன பன்றியென்னங்கிற உணர்வு வரும். பன்றியையும் மனுசனையும் சமமாக நோக்குகிற, இந்த உணர்தலைத் தராத கலை என்ன கலை... இந்தக் காட்சியடுக்கை மாற்றிப்போட்டால், இதே உணர்வை இப்படியே தர முடியாது' என்று.

அப்படி இந்தப் படத்தில் - ஆடு போல, கோழி போல, பன்றி போல 'மனிதன்' நடத்தப்படுவதைக் காட்டுகிறார்கள். பலருக்கு தினம் பேப்பரில் சாதாரணமாகக் கடந்து போகிற செய்தியாக இனி ஜாதி நிச்சயம் இருக்காது. ஒரு கணமாவது படத்தின்

காட்சிகள், ஊடகச் செய்திகளை மின்னி மறைய வைத்திருக்கும். ஒரு பெண்ணுக்கு, ஒரு குழந்தைக்கு, ஒரு மனிதனுக்கு ஜாதியின் பெயரால், எத்தனை அவமானங்கள், எவ்வளவு கொடுமைகள்...

ஹிந்தியில் 'ஆர்ட்டிக்கிள் 15' படத்தில், கொடுமைகளைக் காட்சிகளாக நேரடியாகக் காட்டாமல், உணர்த்திக் காட்டிய அதே விசயத்தை, இதில் கண்ணாரக் காட்டி, திகட்டத் திகட்டக் காட்டி, உணர வைக்கிறார்கள். இந்தப் படத்திற்கு, இந்தக் கதைக்கு, இந்த நிலத்திற்கு, இந்தக் காலகட்டத்திற்கு இதுதான் சரி.

மஞ்சு வாரியார் சிறப்பு. சில நிமிடங்களே வந்தாலும், தனுஷின் அக்கா பெண் அதைவிடச் சிறப்பு. மகன்கள் (கென், டிஜே அருணாச்சலம்), அண்ணன், போலீஸ்கார் (பாலாஜி சக்திவேல் - சான்ஸே இல்ல பாஸ்!) அருமை. உடன் நடித்தவர்களின் நடிப்பு பசுபதி, ஆடுகளம் நரேன், ஃப்ளாஷ்பேக்கில் வருகிற முதலாளி அவரின் அல்லக்கை, காடு, பாறைகளுயர் மலை, ஒத்தையடிப் பாதைகள், சைக்கிள் எல்லாமே எல்லாருமே அவரவர் பங்கை அழகாகத் தந்திருக்கிறார்கள்.

தனுஷ், திருமண வயதுப் பையனுக்குத் தகப்பனாக நடித்திருக்கிறார். நன்று. ஜாதி பற்றி இளம் தலைமுறைக்கு புரியத் தருகிற, நன்றாக ஓங்கி சம்மட்டியால் தலையிலடித்து உணர்த்துகிற படத்தில் நடித்திருக்கிறார் என்பது மிக மிக நன்று.

'புதுப்பேட்டை' படத்தில் அந்த முதல் அடிதடிக்குப் போகிற (கை வெட்டப் போகிற) சீனிலேயே தனுஷ் என்கிற மகாநடிகன் அற்புதமாக வெளிப்பட்டிருப்பார். உண்மையாக உணர்ந்து சொன்னால், தனுஷின் நடிப்பிற்குத் தீனி தருகிற சரியான படங்கள் கதைக் களங்கள் இன்னுமே கூட வரவில்லை என்றுதான் சொல்ல வேண்டும். ஆனால், அவரது திறன் பெருமளவு வெளிப்பட்டவை என்று பார்த்தால், வெற்றிமாறன்+தனுஷ் நட்புக் கூட்டணியில்தான். செல்வராகவன் + தனுஷ் கூட்டணியில் கூட, அவர்களுக்குள் அண்ணன் தம்பி, சிறுவயதிலிருந்தே ஒருவரையொருவர் அறிந்தவர்கள் என்கிற சாதகமான அமைப்பு உண்டு. ஆனால் வெற்றிமாறனோடு, அதையும் தாண்டிய கெமிஸ்ட்ரி அற்புதமாக வெளிப்படுகிறது.

ஃ

பிருந்தா சேது

பன்றி வேட்டையின்போது தனுஷின் கண்கள்,

ஃப்ளாஷ்பேக்கில் வெறிகொண்டுத் தாக்கும்போது - அந்த முதல் கொலையின் வெறித்தாக்கம், அந்த உறுமல், கொலைகள் நிகழ்ந்து முடிந்து அந்தக் கண்கள்,

காட்டில் மகனைக் காப்பாற்ற என்று வீறு கொண்டு எழும்போது அதே தனுஷின் கண்கள் - எவ்வளவு அருமையாக உணர்ந்து நடித்திருக்கிறார். பொதுவாக, தனுஷின் படங்களில் தோற்ற வித்தியாசம் காட்டாமலே, அந்த கேரக்டராக அவர் மாறியிருப்பதே அவர் படங்களை சுலபமாக அடையாளம் காண வைக்கும். அந்தளவு சிறு சிறு நுணுக்கமான உணர்வுகளை அழகாக வெளிப்படுத்துவார். இந்தப் படத்தில் இன்னும் க்ரேட்!

படத்தில் போஸ்டர், டெலிஃபோன் தவிரவும் -

செருப்பு, கார், பெட்டிக்கடை, பெட்டிக்கடையில் தொங்கும் புத்தகங்கள், ஒயர்கூடை, அரிக்கேன் விளக்கு, சீமெண்ணெய் விளக்கு, தீப்பந்தம், பனையோலைக் குடிசைகள், கைமுட்டி தாண்டி வழிகிற சட்டை, சட்டையின் காலர், பெல்பாட்டம் பேண்ட், மஞ்சப் பை, பச்சைத் துண்டு, கட்டம் போட்ட துண்டு, பளபளா சட்டை, போஸ்டர்களைத் தட்டியில் ஒட்டி வைப்பது, சைக்கிள், தூக்குப்போசி, வட்டில், அடுக்குப் பானைகள் பீரோவாக இருப்பது, சிவாஜி டைப் பென்சில் மீசை, பீடி, சிகரெட்டின் ஒரே ப்ராண்ட், வேட்டிக்குள் போட்டிருக்கும் பெரிய டவுசர் உட்படக் கதை நடக்கும் காலத்தை - கதையோட்டத்தோடு வெகு இயல்பாக, நுணுக்கமாகச் சொல்கிறவிதம் அருமை. ஃப்ளாஷ்பேக்கில் ஒரே வகையான செருப்புகள்தாம். அதுவும் கையால் தைக்கப்படுபவை. மகன் சிதம்பரத்தின் கால கட்டத்தில் நீல வார் வைத்த 'பேட்டா' செப்பல்கள் வந்து விடுகின்றன. அதுவும் ஒரு காட்சியாக நம் மனதில் பதிய வைப்பார்கள். செருப்பு போடும் பழக்கமில்லாத மகனை, செருப்பு போடுன்னா கேக்குறியா என்று காட்டில் நடக்கும் போது சிவசாமி (தனுஷ்) வைவார். பிறகு, கோர்ட்டுக்கு அருகில் இருக்கும் செருப்புக் கடையில் மகன், அப்பாவிடம் செருப்பு வேண்டுமென்று கேட்பார்.

வசனத்தைப் பற்றிச் சொல்ல வேண்டுமானால், ‘ஒரே மொழி பேசுறோம், ஒரே நிலத்துல வாழறோம், ஒண்ணா சேர்ந்து வாழ இந்த காரணம் போதாதா’ - இந்த ஒரு வசனம் போதும்!

(சில) குறைகள் என்று பார்த்தால், நடுநடுவே வருகிற வாய்ஸ் ஓவர்கள், காட்சி மொழியின் அடர்த்தியை நீர்த்துப் போகச் செய்கின்றன. ஃப்ளாஷ்பேக்’கில் தனுஷின் வாய்ஸ் ஓவர் கூட, கொஞ்சம் ஓவர்தான்.

அதே போல, இரண்டாம் பாதி தனுஷின் வரைந்த மீசை, வைத்த மீசை, வளர்ந்த மீசை என்று கன்டினியுட்டி இடறுகிறது; கை வெட்டுப்பட்ட சட்டையில் கூடக் கவனமாக இருந்தவர்கள், கதைநாயகனின் தோற்ற விஷயத்தில் ஏன் கோட்டை விடுகிறார்கள்?

ஹீரோ என்றால், அடியே படாது; பட்டாலும் சாகவே மாட்டார்கள். சரி, அடிபட்ட வெட்டுத் தடம் கூடவா மாயமாக மறைந்து விடும்?

சந்தைக்குப் போகையில் மாடு முட்டி குடல் சரிந்து, துண்டை வாங்கித் தானே இடுப்பில் சுற்றிக்கொண்டு, பெரியாஸ்பத்திரியில் அட்மிட் ஆன, பெரியாச்சிகளைப் பார்த்து வளர்ந்தவர்கள்தான் நாங்கள். ஆனால், ஹீரோயிஸத்தையும் தாண்டிய தெய்வத்தன்மைக்குக் கொண்டு போகக் கூடாதில்லையா? அதற்குத் தனியாக மாயாஜாலப் படங்கள் எடுக்கலாமே, ஏன் இதில் குழப்பிக் கலக்கிச் சேர்க்க வேண்டும்? அது கதையோட்டத்தைப் பாழ் பண்ணுகிறது.

அப்புறம், பொதுவாகவே தமிழ் படங்களில், முதல் பாதியில் கொடுக்கிற உழைப்பை நேர்த்தியை ஏன் இரண்டாம் பாதிக்குத் தரமாட்டேன் என்கிறார்கள்? வந்துட்டாங்க, உக்கார வைச்சுட்டோம். பார்த்துதானே தீரணும் என்பதுபோல பார்வையாளர்களைச் சிறுமைப் படுத்துகிறது.

ஆஸ்கருக்கு ஆசைப்படுகிறார்கள். கோடி கோடியாக பணம் செலவழிக்கிறார்கள். இப்படிச் சின்னஞ்சிறு விஷயங்களில் செய்நேர்த்தியற்றுப் போகலாமா? மொத்தப் படத்தையும் ஒருசேர யோசிக்கையில், இப்படியான குறைகள்தான் திருப்தியற்ற மனநிலையை, முழுமையற்ற தன்மையைக் கொடுக்கின்றன.

ஃபடத்தைப் பற்றி எல்லா விதமாகவும் சொல்லப்பட்ட கருத்துகளை வாசித்தேன். இரண்டு பேருடைய கருத்துகள் எனக்கு முக்கியமானவை. ஒன்று கே. என். சிவராமன் சொல்லியது. இரண்டு பேராசிரியர் தருமராஜ் சொல்லியது. இரண்டுமே ஏற்புடையவை.

தனுஷ் கால்ஷீட், தனுஷ் சிதம்பரமாக நடிக்க முடியாது, அதனால் சிவசாமியாக வயதான தோற்றத்தில் நடித்தார். எல்லாம் விடுங்க பாஸ்! ஸ்கூல் பையனாக 3 படத்தில் தனுஷை பார்க்கவில்லையா நாம்? ஏன் அப்படியும் எடுத்திருக்க முடியும்.

ஆனால், சிதம்பரத்தின் வாழ்வில் இது முதல் சுற்று. இதில் திரைக்கதையாக என்ன ஓட்டத்தைக் கொடுக்க முடியும்? நவீன சிறுகதைபோல கதை முடிந்திருக்கும். வெகு ஜனத்தைக் கட்டாயம் ஈர்த்திருக்காது. படம் ஓடாது. யாரையும் சென்று சேர்ந்திருக்காது.

வாசிப்பின்பம் வேறு; காட்சி இன்பம் வேறு. சிவசாமியின் வாழ்வில் முதல் சுற்று, இரண்டாம் சுற்று, கடைசிச் சுற்று என வாழ்வை கனபரிமாணமாக காண்பிக்க அமைகிறது. அது மட்டுமே தனுஷ், சிவசாமி'யாக நடித்த காரணம் என்று நான் நம்புகிறேன்.

எல்லாருமே தவறவிடுகிற விசயம் ஒன்று எப்போதும் உண்டு. இது யுபைஏ சர்டிஃபிகேட் கொடுத்திருக்கிறார்கள். இதைக் குழந்தைகள் பார்க்கலாமா கூடாதா என்று ஒரு விவாதமும், எப்படிப் பார்க்கலாம் என்றும் பேசுகிறார்கள். ஜாதிக் கலவரத்தைப் பார்த்து வளருகிற குழந்தைகள் பற்றி நாம் என்ன கவலைப்பட்டிருக்கிறோம்? கலவரத்தில் பாதிக்கப்பட்ட குழந்தைகளுக்கு என்ன பூந்தோட்டத்தைப் பரிசளிக்கப் போகிறோம்?

இதே எம் நிலத்தில்தான் எம் குழந்தைகளுக்கு சொல்லொணாத் துயரங்கள் 'ஜாதியின் பெயரால்' நடக்கின்றன. படத்தில் நம்பவே முடியாத காட்சியாக எல்லாருக்குமே மனதில் தோன்றி உறைத்திருக்கக்கூடிய காட்சி என்றால், அந்தப் பெண்ணைச் செருப்பைத் தூக்கித் தலையின் மேல் வைத்து நடக்க விட்ட காட்சி. நிஜத்தில் என்னவாக நடந்திருக்கும்?

ஃ

கூட்டுக் குடும்பம், தனிக்குடும்பம், ஃபர்ஸ்ட் டிக்காஷன், செகண்ட் டிக்காஷன், தேங்காய்ப் பால் முதல் பால், இரண்டாம் பால், வேலைகளை ஒருவரே செய்வது, பலன்களை வேறு ஒருவரே அனுபவிப்பது -எந்த வீட்டில் அரசியல் இல்லை ; ஜாதி இல்லை?

எந்த இருவர் உறவிலும் அரசியல் இருக்கிறது. அது ஆண் பெண்ணோ, நண்பர்களோ, கணவன் மனைவியோ, அப்பா அம்மாவோ, அண்ணன் தம்பியோ, அக்கா தங்கையோ, தாய் மகளோ - எதுவானாலும்.

எந்த நால்வர் குழுவிலும், அது குடும்பமோ, தோழர்களோ, அலுவலகமோ - ஒரு முதலாளி, ஒரு அடிமை, ஒரு மேல் ஜாதி, ஒரு கீழ் ஜாதி - இருக்கிறார்கள்.

இதை உணராமல், மாற்ற முயலாமல், ஜாதியை ஒழிக்க, அழிக்க முடியாது. நோய்கள் வெவ்வேறு பெயர்களில் காலம் காலமாக வந்துகொண்டு இருப்பதுபோல, ஜாதி என்கிற ஏற்றத்தாழ்வு வெவ்வேறு வடிவங்களில் தொடர்ந்து கொண்டே இருக்கும். திறந்த விவாதம் மற்றும் சுய அலசல் தேவை. அந்த சுய அலசலை எந்தக் கலை, எப்படியான வடிவங்களில் தொடர்ந்து கொடுத்தாலும் சரிதான்.

ஃ

(08.10.2019)

வெரனே அவஸ்யமுண்ட்

மலையாளம்

நான் உலகை இருவகையாகப் பார்ப்பேன். கிளி, கழுகு, காகம், பூனை இவையெல்லாம் ஒருவகை. புறா, நாய், ஆடு, மாடு இவையெல்லாம் ஒருவகை.

மனிதர்களில் நாய் பிரியர்கள் எல்லாம் ஒருவகையாகவும், பூனைப் பிரியர்கள் இன்னொரு வகையாகவும் இருப்பதைக் கவனித்திருக்கிறேன்.

மனிதர்கள் பொதுவாக இந்த இருவகையாகக் காணப்படுவார்கள். மரங்கள் போன்றவர்கள்; பறவையைப் போன்றவர்கள். இதில் கூடுதல் குறைவு இருக்கலாம். பர்செண்டேஜ் வேறுபடலாம். ஆனால், வெள்ளையிலிருந்து கருமை நோக்கி போகிற ஷேடிலும், கருமையிலிருந்து வெண்மை நோக்கிச் செல்கிற ஷேடிலுமாகப் பிரிந்து கிடப்பார்கள். இது இதனோடுதான் சேரும் என்பதாகப் பிரிந்திருப்பார்கள். அப்படி அமைகிற ஜோடி அதி அற்புதமாக இருக்கும். சிலருக்கு இது வாழ்நாள் தேடலாகவே போய்க் கொண்டிருக்கும். தன்னைப் போல் ஒத்த குணங்களிருக்கிற பல ஷேடுகளைக் கண்டடைந்து கடந்து, முழுமையை நோக்கிப் போவார்கள்.

மரங்கள் பொதுவாக சுயம்பு. தாய் அருகிருந்து வளர்த்துவதில்லை. ஆனால், பறவைகளுக்கு ஒவ்வொன்றும் பார்த்துப் பார்த்துக் கிடைக்கும்.

மரம் தன்னைப் பலமடங்காக்கி இந்த பூமிக்குத் தரும்; பறவை அப்படி அல்ல. தனக்குக் கிடைத்த எல்லாவற்றையும் மரம் ஏற்றுக் கொள்ளும்; பறவை தன் கூடு, உணவு, வாழ்வு, இணை எல்லாவற்றையும் தான்தான் தெரிவு செய்யும். மரத்தினளவு பறவைக்கு 'ஈல்டிங்' இல்லையோ என்று சிலசமயம் யோசித்திருக்கிறேன். ஆனால், பறவை தான் உண்ட ஒரேயொரு தானியத்தைக்கூட, தனது எச்சத்தையும் விருட்சமாக்கி இந்த உலகிற்குத் தரும்.

மரம் போன்ற மனிதர்கள் மிக முரடாய்த் தெரிவார்கள். தனக்குள் சுருங்கி, இறுகிக் கிடப்பார்கள். தனக்கு என்ன தேவை என்ன வேண்டும் என்றுகூட இவர்களால் அறியத் தெரியாது. பறவைதான் தன் மரத்தைக் கண்டடையும்; பாடும்; வசீகரிக்கும்; சுற்றிச் சுற்றி வரும்; மரத்தின் வாழ்வே அதன் அர்த்தம் பெற்று, முழுமையடைந்துவிடும்.

அப்படி மரம் போன்ற மனிதர் (மேஜர்) சுரேஷ்கோபி. தன்னியல்பாக வசீகரமான, அன்பான வாழ்வை உயிர்ப்புடன் வாழ்பவராக அழகிய பறவையாக (டீச்சர்) ஷோபனா. அவர் மில்ட்ரி மேஜர்; இவர் ஃப்ரெஞ்ச் டீச்சர்!

படத்தில் ஷோபனா பெயர்தான் முதலில் போடுகிறார்கள். பிறகு சுரேஷ்கோபி. அப்புறம்தான் ஹீரோ துல்ஹரின் பெயர் வருகிறது. இத்தனைக்கும் இவர்தான் தயாரிப்பும். ஆனால் கதைக்கு அடக்கமாக அந்த கேரக்டர் எந்தளவோ அவ்வளவே வருகிறார். ஒவ்வொரு கேரக்டரும் கனகச்சிதம்.

படத்தின் காட்சி அடுக்குகள், பாத்திரப் படைப்புகள், வசனங்கள், இழையிழையாய் எங்கும் நெருடாத அதனதன் ஓட்டத்தில், இயல்பில் வார்த்த ஓவியம் போல, பார்க்கத் தீராத வானம் போல அத்தனை அழகு; அத்தனை ஆழம்; அத்தனை தெளிவும் எளிமையும்.

சாம்பிளுக்கு இரண்டு வசனங்கள்:

சர்ச்'சிற்கு கன்பெஷன் கொடுக்கும் நோக்கத்தில் வரும் தங்கைக்கு துணையாக அண்ணன் வந்திருப்பார்.

எத்தனையோ வருடங்கள் முன் நிகழ்ந்த தன் திருமண முறிவின் காரணத்தை, இரண்டு வரிகளில் சொல்லிப்போவாள் தங்கை. அப்படியே தன் இப்போதைய காதல் பற்றிச் சொல்வாள்.

'அப்போ இது அஞ்சாவது காதலா' - அண்ணன்.

'இல்ல, ஆறாவது. பிஜி படிக்கும்போது ரெண்டு இருந்தது' - தங்கை

'அப்ப நீ அதை சொல்லலே இல்லை; கன்ஃபெஷன் போகணுமா' - அண்ணன்

'ச்ச, காதல் ஒரு குற்றமா என்ன, கன்பெஷன் வேண்டாம்' - தங்கை

ஒரு சீனில் 'அழாதீங்க' என்று சொல்லி ஒரு டயலாக் வரும்; இன்னொரு சீனில் 'அழுதுரு' என்று சொல்லி இன்னொரு வசனம் வரும். இரண்டையும் இரசித்தேன். இரண்டும் அழகு.

போலவே, ட்ராவல் குறித்து மேஜர் சுரேஷ்கோபி பேசும்போது அழாமல் பார்க்க முடியவில்லை. அது வாழ்விலிருந்து எழுதியது.

(இது முழுமையான விமர்சனமல்ல; படத்தை யாரும் தவற விட்டுவிடக் கூடாது என்பதற்காக எழுதியது.)

ஃ

Portrait of a Lady on Fire

ஆங்கிலம்

...தப்ப ஏலாது

மரணத்திலிருந்தும்

வாழ்வின் பிடியிலிருந்தும்...

ஓரலை. சிறிய அலை. அடுத்த அலை. மற்றுமொரு அலை. இதன்மேல் அது. அதன் மேல் இன்னொன்று. அதனதன் மேல் இன்னுமொன்று என மேலும் மேலும் மேலும்... அளவிலா அலையடுக்குகள்... அவை தரும் பேரொலி... பல்கிப் பெருகி, அத்தனைப் பெண்களின் குரல்களும் சேர்ந்தெழுப்பும் பேரலையாக, நம்மை விழுங்கி, நெஞ்சமெங்கும் அலையெழுப்பித் ததும்பி...

ஃ

உறவும் பிரிவும், பிரிவும் உறவும் காதல்தான். வாழ்வுதான். கணங்கள்தான். அந்தக் கணத்தின் சட்டகத்திலிருந்து விடுபட்ட பிறகு, அதில் நீயுமில்லை; நானுமில்லை. அல்லது அந்தக் கணத்தின் காதல் காண்பித்துக் கொடுக்கும் வாழ்வின் அரிய உண்மையைக் கொண்டுதான், நாம் வாழ்நாளெல்லாம், செல்லும் பாதையெப்போம் ஒளியேற்றிக் கொள்கிறோம்.

பிருந்தா சேது

ஒரு சிறிய காட்சி, கடலென விரிவது... எங்கும் எப்போதும் கடலின் பேரோசை, போலவே எப்போதும் படபடத்துப் பொறியும் நெருப்பின் ஒலி. (ஒரு பறவையின் சிறகசைப்பைப்போலவே நெருப்பினொலி கேட்பது எனக்குமட்டுமானதா). கடலோடும் (நீரோடும்), நெருப்போடும் ஊடாடுவது காற்றுதான். காற்று செய்யும் மாயம்தான் இந்த வாழ்வு.

பிடித்த காட்சிகள்:

பார்வைகள் பார்வைகள் பார்வைகள். ஒருத்தி மேல் இன்னொருத்தியின் தழுவிச்சிதறி கள்ளமாய் மூர்க்கமாய் தாவிப் படர்ந்து பிடிபடும் பார்வைகள்.

அந்த நெருப்பு பற்றிய காட்சியில் அவளது கைப்பிடித்து கைப்பிடித்துக் கீழே கீழே கடல்நோக்கிச் சென்று, முத்தத்தில் மூழ்குவது பின் பதறிப் பிரிவது.

இவள் பயந்தாயா என்று அவள்மேல் சரிவது.

நீச்சலடிக்க என்று கடலுள் சென்று சென்று சிறிதாகித் தொலைவது.

கடைசிக் காட்சிகளின் ஓவியத்தில் ஹாலோஸ் இருபத்தியெட்டாம் பக்கத்தில் தன்விரலையே - தன்னையே - அடையாளமாக வைத்திருப்பது.

ஹாலோஸின் பெருங்கோபம் பெருங்காதல்.

இவள் கடல்நோக்கியிருக்கும் அவளை பின்னாலிருந்து அணைத்து அழுவது.

இசையை ஆர்க்கெஸ்ட்ராவைப் பற்றிப் பேசும்போது, பின்னாலிருந்து இருவரையும் படம்பிடித்திருக்கிற விதம்.

மிகையில்லை, ஒவ்வொரு ஃப்ரேமும் ஓவியம்.

ஃ

அந்த கதைக்குள் கதை.

அந்தக் கதை அராபியக் கதைகளுள் வரும். விக்கிரமாதித்தன் கதைகளில் வரும். பேய்க்கதைகளில் வரும். ஆதிசங்கரரின் ஆதிபராசக்தியாக வரும். திரும்பிப் பார்க்கக்கூடாது என்பது ரூல்ஸ். திரும்பாமலிருக்க முடியாது என்பது யதார்த்தம். அதில் 'இழந்து பெற்றது' என்பதுதான் வாழ்க்கை.

மிகப் பிடித்த காட்சியாக - மனமெங்கும் வியாபித்து நிறைப்பது சிறிய ஃப்ரேமிலிருந்து கடலாக விரியும், ஹாலோஸ் ஓடி கடல் நின்று மூச்சிறைக்க,

'இதற்கு எவ்ளோ ஆசைப்பட்டேன்'

'சாவதற்கா'

'இல்லை, (கடலிடம்) ஓடுவதற்கு' - காட்சிதான்.

இருவரின் குணங்களைச் சொல்லத் தேர்ந்த காட்சிகளும் அழகு. ஒருத்தி நீர். ஓவியத்திற்காக கடலில் குதிப்பதில் அவள் யாரென்று சொல்லிவிட்டார்கள். இன்னொருத்தி நெருப்பு. இவளை இவள் காதலை அடைய அவள் என்னமும் செய்வாள் என்று காண்பிப்பாள். அதுதான் படத்தின் பெயர். ஆனால் குணம் நேரெதிர். நெருப்பானவள் விடுபட்டு விடுபட்டு ஓடுவாள். நீரானவள் தனக்குள் பொசுங்கி மறைவாள்.

ஒரு காட்சியும் மிகையில்லை. அதீதமில்லை. குறைவில்லை. காரணமற்று இல்லை. மரியன் தனக்குள் எப்போதும் அவளைக் கொண்டிருக்கிறாள். ஹாலோஸ் தான் காண்பதிலெல்லாம் இவளையே காண்கிறாள். அந்தக் கடைசிக் காட்சியின் இசையுள் மனமுருகிக் கரைவது, இவளே எதிர்வந்தாலும் உணரமுடியாத இவள்மேல் அவள் கொண்ட உன்மத்தக் காதலே!

ஃ

பிருந்தா சேது

சில்லுக் கருப்பட்டி
தமிழ்

எல்லோருக்கும் வணக்கம்.

பாஸ்கரன் சாருக்கும் எனக்கும் என்ன பகையோ தெரியாது, மேற்குத் தொடர்ச்சி மலை' க்கு பேசக் கூப்பிட்டபோதும் 'நெகட்டிவ் கருத்துக்களுக்கும் இடம் உண்டுமா; நல்ல டீம், வா வந்து பேசு'ன்னார். இப்ப சில்லுக்கருப்பட்டிக்கும்..... பாருங்கள் மற்ற எல்லாரும் அந்தப்பக்கம். நான் ஒற்றைக்கு ஒரே ஆளா இந்தப் பக்கம்.

படத்தில் மணிகண்டன் கேரக்டர் மாதிரிதான். ஒரே ஒரு பால்தான், அதுவும் 'நோ' பால் ஆகப் போகுது என்று தெரிந்தே பௌலராகப் பேச வந்திருக்கிறேன்.

எனது இருபதுகளில் வாழ்க்கையுடைய கொடும் வெப்பம் தாங்க முடியாமல் நான் ஓடிப் போய் பதுங்கிக் கொள்கிற இடம் இலக்கியம். அங்கு, வாழ்க்கைமேல் நம்பிக்கை தரும்படியாக, இப்படி மனிதர்களும் இருக்கிறார்கள்; இப்படி ஒரு வாழ்க்கை ஒருநாள் இல்லை ஒருநாள் நமக்கு கிடைக்கும் என்று வாழ்வின் மேல் அழியாத

நம்பிக்கை தந்தது - வண்ணதாசன் கடிதங்கள் புத்தகம். ஒரு மனிதர் எதுவும் எப்படியும் எழுதிவிட்டுப் போகலாம். அது புனைவு. ஆனால், அப்படி எழுதுகிற ஒருவர் - தன் எழுத்துபோலவே வாழ்கிறார் என்பது நம்பமுடியாத ஆச்சர்யமான உண்மை. நடைமுறையில் நாமும் நமது வாழ்வை அப்படி பாஸிட்டிவ்வாகப் பார்ப்போமே என்கிற எண்ணத்தைத் தந்தது. இன்றுவரைத் தந்து கொண்டிருக்கிறது.

அப்படித்தான் சில்லுக்கருப்பட்டி. அவ்வளவு பாஸிட்டிவ் எனர்ஜியைத் தருது. சின்ன வயதில், சில்லுக் கருப்பட்டியைக் கடித்து வாய் ஒதுக்கமாக வைத்துக் கொள்வோம். அந்த நாளே இனித்துக் கிடக்கும். நினைக்கும்போதெல்லாம் இனிக்கும். அப்படி

சிறியவர்களில் இருந்து பெரியவர்கள் வரைக்கும் எல்லாப் பருவத்த மக்களையும் தனது வாழ்வினுடைய இனிப்பான பக்கத்தை மட்டும் பார்க்க வைத்ததில் - மாபெரும் வெற்றிப்படம் சில்லுக்கருப்பட்டி.

பேரே குறுங்கவிதை!

பிடித்த காட்சிகள், பிடிச்ச விசயங்கள்:

எல்லாரும் அருமையாக நடித்திருக்கிறார்கள். ஒருவரைக்கூட குறையாகச் சொல்ல முடியாது. கூடுதல் குறை இல்லாத மிதமான நடிப்பு.

‘பிங்க் பேக்’ கதையில் சாரா’வுடைய தோழி ஆங்கிலத்திலேயே பேசுவார். ஆனால், சாரா தமிழில் பேசுவார். ரொம்ப நுட்பமான இடம் அது. வெளிநாட்டில் இருந்து வருகிறவர்களை எல்லாம் நாம் வெளிநாட்டுக்காரர்களாகவே நடத்துவோம். ஆனால், அவர்களோ தமிழுக்கு ஏங்கி வந்திருப்பார்கள். நாம் அதை மறந்து விடுவோம்.

‘காக்கா கடி’ கதையில், நிவேதிதா ‘க்யூட்’ என்று சொல்லி, செல்ஃபோனுடைய ஸ்கிரீனைத் தள்ளுவது போல, ஒற்றை விரலால் மணிகண்டனின் கன்னத்தைத் தட்டுவார். அழகான காட்சி அது. அதே கதையில், டாக்டர் எக்ஸாமின் பண்ணும்போது, மணிகண்டனுடைய முகபாவங்கள்... சான்ஸே இல்லை, பிரமாதமான நடிகர் அவர்.

'உடம்பெல்லாம் கசப்பு, உன் நெனப்பு மட்டும்தான் இனிப்பு'; 'எவ்ளோ பெரிய கைன்னாலும் அக்குள்னு ஒன்னு இருக்கும்ல'; 'ஸமார்ட்டா முன்னெச்சரிக்கையா ஒர்க் பண்றோம்கிற பேர்ல டைம்டேபிள் போட்டமாதிரி போரிங்கான ஒரு வாழ்க்கை'

இப்படி கதை நெடுக வசனங்களும், கதையோட்டத்தோடு ஒன்றிய ஒளிப்பதிவும் படத்தினுடைய மிகப் பெரிய பலம். நான்கு பேர் ஒளிப்பதிவு செய்தது என்று தெரிய வந்தபோது ஆச்சரியமாக இருந்தது.

ஃ

பார்வையாளர்களாக நான்கு பருவத்தினருக்கும் அவரவர் பருவ கதையைப் பிடித்திருக்கிறது. 10+ 20+ 40+ 60+ கதைகள்...

ஏன் எதனால் இந்த வரிசை மாற்றப்பட்டு, முதுமைப்பருவம் மூன்றாவதாக சொல்லப்படுகிறது, தெரியவில்லை. சுனைனா - சமுத்திரக்கனி கதை தவிர, மற்றவற்றில் ஒரு முழுமையோ செறிவோ இல்லை. வித்தியாசமான களங்கள், கதைகள், ஆனால் கதை சொல்லலில் அதே நீண்டகால சினிமாப்பாணி.

குப்பை பொறுக்கும் சிறுவனுக்குப் பதிலாக சிறுமி, பணக்காரச் சிறுவன் என்று மாற்றிப் போட்டுப் பாருங்கள். இது விளங்கும். அதே போல மணிகண்டன் இடத்தில் பெண்பாத்திரமும்,

அந்தப் பெண்பாத்திரத்தை ஆணாக மாற்றியும் பாருங்கள். இது தெரியவரும்.

டர்ட்டில் வாக் கதையில் வயதானவர்களின் காதல் இன்னும் முதிர்ச்சியாக சொல்லப்பட்டிருக்கலாம். கடமைகள் பொறுப்புகளில் இருந்து ஓய்வு பெற்ற வயதில், முடிவுகளுக்கு யாரையும் சார்ந்திராத வயதில் வருகிற காதல், டீன் ஏஜ் காதல் போல ஜஸ்ட் லைக் தட் சொல்லப்பட்டிருக்கிறது. சுனைனா - சமுத்திரக்கனி கதை போல வந்திருக்க வேண்டும். அல்லது அதைவிடவும் அருமையாக சொல்லப்பட்டிருக்க வேண்டும்.

இந்தப் படத்தைப் பார்க்கச் சொல்லி நண்பர் சொன்னதும், கேர் ஆஃப் காஞ்செரப்பாலம் தெலுங்கு படம் போலவா? என்று கேட்டேன். அந்தப் படத்தில் நான்குவித காதல் கதைகள் சொல்லப்பட்டு, ஐந்தாவதான கதை அதையெல்லாம் இணைப்பதாக இருக்கும்.

அப்படி இதிலும் ஓர் இணைப்பு தேவைப்படுகிறது. எல்லாக் கதைகளும் அந்தந்த வயது காதல், ஒரே காலம், நகரம், டெக்னாலஜி என்கிற நூலில் கோர்க்கப்பட்டு இருக்கிறது; ஆனால், கட்டப்படவில்லை. எப்போது வேண்டுமானாலும் உதிர்ந்துவிடுவது போல இருக்கிறது.

ஃ

'பிங்க் பேக்' கதையில் அதன் காலம். மாஞ்சா' வாக்மேனைக் கண்டெடுக்கிறான். பிறகு யூ ட்யுப் சேனலில் மணிகண்டனோடு வருகிறான். வாக்மேன் 90களின் காலம். இரண்டும் பொருந்தவில்லை. காஸ்ட்யூம் - அதுவும் இந்தக் கதையில் நெருடலாக இருந்தது.

காக்கா கடி கதையில், மணிகண்டன் ட்ரீட்மெண்ட்டில் இருக்கையில் ஜன்னல்வழி கார்னெட்டோ பலூன் பறக்கும். அதற்கு முந்தைய சீனில்தான் அவரது தாடி கூட முடி இழப்பதைக் காட்டுவார்கள். இதில் முழுதாடியோடு இருப்பார். கன்டினியுட்டி விட்டுப்போயிருக்கும்.

'டர்ட்டில் வாக்' கதையில் ஆமை முட்டைகளை யசோதாவும் நவநீதனும் மிக எளிதாக, மணல்மேலாக இருந்து எடுப்பார்கள். அதுவும் ஒரே ஒரு முட்டை. அடுத்து வருகிற சீனிலும் கூட

லேசாகக் குழிந்த மணலிலிருந்து சில முட்டைகள் எடுப்பார்கள்.

பொதுவாக, ஆமைகள் இரவிலே கடற்கரைக்கு வரும். ஓரடி ஆழம் குழி தோண்டி, ஒரே சமயத்தில் நூற்றுக்கணக்கான முட்டைகள் இடும். பிறகு குழியை மூடிவிடும். இரண்டு மாதகாலம் சூரிய வெப்பத்தில் தாமாகவே முட்டைகள் பொறியும். இரவில் அந்த ஆமைக்குஞ்சுகள் கடலை அடையும். இதற்குள் பறவைகளாலும் நண்டுகளாலும் பாதிக்குப் பாதிதான் கடலைச் சென்று சேரும்.

'ஹே அம்மு' கதையில் அலெக்ஸா நிஜத்தில் இருப்பதைவிடக் கூடுதல் அறிவோடு காட்டப்படுவது.

கதை தனது நம்பகத் தன்மையை இழப்பது, இப்படியான சின்னச் சின்ன விசயங்களில்தான். செய் நேர்த்தியற்ற, இந்தச் சின்ன விசயங்களால்தான் கதை உள்ளீடற்றுப் போய், உலகத் தரத்தை எட்டமுடியாமல் ஆகிறது.

ஃ

நான்கு கதைகளையும் வரிசைப்படுத்தினால், நான் அந்த வயதானவர்களின் டர்ட்டில் வாக்' கதையைக் கடைசியில் வைப்பேன்.

என்ன ஒரு கோஇன்ஸிடெண்ட் - கேரள முதியோர் இல்லத்தில் டிசம்பர் 30ம் தேதி இரு முதியவர்களுக்குள் நடந்த அந்தத் திருமணம். அந்தக் கதை போல இருந்திருக்கலாம் இது.

யசோதா ஏன் கல்யாணமாகாதவராக இருக்க வேண்டும்? இது தமிழ் சினிமாவின் சாபக்கேடு. கதாநாயகிக்கு இரண்டாவது திருமணம் என்றால், முதல் கணவர் முதலிரவிற்கு முன்பாகவே சாகடிக்கப்படுவார்.

ஃ

அதுவே, சமுத்திரக்கனி - சுனைனா கதையை முதலில் வைப்பேன். அழகான கதை; அருமையான கதைசொல்லல்; அட்டகாசமான, இயல்பான நகைச்சுவையுடன் கூடிய திரைக்கதை! வசனங்கள், கேமரா பாந்தமாக பொருத்தமாக இருக்கிறது.

நேரில் சமுத்திரக்கனியைச் சந்தித்திருக்கிறேன். அவ்வளவு நெகிழ்வான மனமும் அதை அப்படியே வெளிப்படுத்தும் முகமும் உடையவர். ஆனால், திரையில் எப்போதும் மிலிட்டரி லுக்! இந்தப்படத்தில் அவரது ரொமான்டிக்கான முகத்தைக் காட்டி இருப்பதற்காக, அதை வெளிப்பட வைத்ததற்காக டைரெக்டருக்கு ஸ்பெஷல்நன்றி.

படம் முடிந்ததும் மகள் சொன்னது - என்னம்மா அதுக்குள்ள படம் முடிஞ்சிருச்சு -

இதுதான் படத்தின் வெற்றி என நான் கருதுகிறேன். இன்னும் வேண்டும்போல இருக்கும்போது முடிந்து விடுவது. எப்பவும் அது திகட்டாத இனிப்பாக மனதில் இருக்கும்.

ரொம்ப நாட்களுக்குப் பிறகு -கிட்டத்தட்ட மொழி' படத்திற்குப் பிறகு... தாத்தா பாட்டி அம்மா அப்பா பிள்ளைகள் என்று குடும்பத்தோடு பார்க்க முடிகிற நிறைவான படம்.

பொதுவாக, பெண் இயக்குநர் படம் என்றாலே கலைப்படம், சோகப்படம் வியாபார ரீதியாக வெற்றியடையாது, அழுவாச்சி காவியம் போன்ற எல்லா முன்முடிவுகளையும் மறுபரிசீலனை செய்ய வைத்திருக்கிற படம்.

'கண்ட நாள் முதல்', 'இறுதிச் சுற்று' என்று இதற்கு முன்பும் எடுத்துக்காட்டுகள் இருக்கின்றன.

500 ஆண் இயக்குநர்களில் 10 பேர் வெற்றி பெற்று வருவதற்கும், ஐந்து பெண் இயக்குநர்களில் ஐந்து பேருமே அருமையாக படம் எடுத்து வெற்றியாளர்களாக வருவதற்கும் வித்தியாசம் இருக்கிறது. இரண்டும் ஒரே வகை வெற்றியல்ல; ஒரே போன்ற போராட்டமல்ல.

அடுத்தடுத்து பெண் இயக்குநர்கள் வர, வெற்றிகரமான ப்ளாட்ஃபார்ம் அமைக்கக் காரணமாக இருக்கிற இயக்குநர் ஹலிதா ஷமீம் அவர்களுக்கும் குழுவினருக்கும் மனமார்ந்த பாராட்டுகள்.

சாதாரணமாகவே ஃபாஸ்ட்ஃபார்வர்ட்ல பேசற ஆள் நான் இப்படி மேடைகளில் பேசச் சொன்னால், இன்னும் அவ்ளோதான்.

எதாவது பொருட்பிழை, பேச்சுக்குழறல் பிழை, பயப்பிழை இருந்தால் எல்லாவற்றையும் மன்னித்துவிடவும்.

வாய்ப்பிற்கு நன்றி. இப்படியான படம் தந்ததற்கு படக்குழுவினருக்கு நன்றி.

ஃ

(05.01.20)

சேத்துமான்
தமிழ்

தன்னளவில் தனித்துவமான படம் என்றாலும், 'ஒழிவு திவசத்துக் களி' படமும்,

நண்பர் அடிக்கடி குறிப்பிடும் சத்யஜித்ரே'யின் படத்தின் ஒரு காட்சி - வேகமாக வருகிற ஒரு ரயில், ரயில்வே ட்ராக்கில் ஒரு மனிதன், இன்னொரு புறம் பன்றிகள் - மூன்றும் மாறி மாறி காட்டப்பட்டு,

மனிதன் அடிபட்டுச் சாகப் போகிறான் என்று நாம் நினைக்கிற நொடியில் பன்றி அடிபட்டுச் சாக - உயிர் என்பது பிரபஞ்சத்தில் எல்லார்க்கும் ஒன்றுதான் என்கிற நேர்கோட்டில் - பன்றியின் மரணத்திற்கு நம் கண்களில் நீர்த் துளிர்க்கும் என்பார் -

அந்தப் படக்காட்சியும் நினைவிற்கு வந்தன.

படம் முழுமையும் நேர்த்தியான அழகு. அவ்வளவும் ஒவ்வொரு ஃப்ரேமும் பிடித்தது. சிறுகதைகளை ஒன்றிணைத்த நாவலைப் போன்ற கலை வடிவம். ஒவ்வொரு காட்சிக்கும் வசனத்திற்கும் ஆழ்ந்த பின்புலமுண்டு அது தரும் மென்சோகமும்.

பா.ரஞ்சித்தின் தயாரிப்புகளிலேயே நிறைவு கூடி வந்த படம்.

ஆனால், எனக்கு க்ளைமாக்ஸைப் பிடிக்கவில்லை; அது ஏதோ எதனாலோ படத்தோடு இயைந்து வரவில்லை.

சந்தானம் குரலில் பேசும் பண்ணாரி, பட முழுவதும் பூச்சி மேல் எந்த கரிசனமும் இல்லாதவர், பட முடிவில் பச்சாதாபத்துடன் பேசுவது பொருந்தி வரவில்லை.

யாருக்காக எல்லாவற்றையும் பூச்சி பொறுத்துக் கொள்கிறாரோ, அவருக்கு (பேரன் குமரேசனுக்கு) எதுவும் என்றால் - பொறுத்த எல்லாவற்றையும் உதறித் தள்ளுபவராகவும் படத்தில் வந்திருக்க வேண்டும்;

'அவனுங்க குடிச்ச க்ளாஸ்ல நான் குடிக்கனுமானு பார்க்கிறேன்' இந்த வசனமும்,

படம் முழுக்க மென்மையாய் கூடை வனைகிற கைகளில் கடைசிக் காட்சியில் பன்றியைக் கொல்லும் கம்பியும், அவர் பன்றியைக் கொல்லும் இலாவகமும் - அப்படி நம்மை யோசிக்க வைக்கும் திசை நோக்கித்தான் அழைத்துச் செல்கின்றன.

மற்றபடி, அசலாக நம் வாழ்வைச் சொல்லும் படம். பெருமாள் முருகன் சார், இன்னும் இன்னும் உயரங்களுக்குச் செல்ல வேண்டும். ஒவ்வொரு வசனமும் ஒரு வாழ்வு; பாடல்களும் அப்படித்தான்.

பேரனுக்கும் தாத்தாவுக்குமான பாசப் பிணைப்பு அழகுற வந்திருக்கிறது. ஒரு பிசிறில்லை.

ஃ

(27.05.22)

அனல் மேலே பனித்துளி

தமிழ்

எல்லோருக்கும் வணக்கம்.

1980களில் 90களில் இந்தப் படம் எடுக்கப்பட்டிருந்தால், எவ்வாறு பெண்ணுடல் மலினப்படுத்தப்பட்டிருக்கும் என்பதைச் சொல்லத் தேவையில்லை.

சினிமாவில் பெண் கற்பு படும் பாடு.. ரிதம், சிப்பிக்குள் முத்து, புதிய பாதை, அந்த 7 நாட்கள்...

எனக்குத் தெரிந்து புதுக்கவிதை, விதி மட்டும்தான் இதிலிருந்து கொஞ்சம் மாறுபட்டு யோசித்த படங்கள் என்று சொல்லலாம். அதற்கப்புறம் இந்த படம் என்று சொல்லலாம்.

ஃ

எடுத்துக் கொண்ட கதைக்களம், பாத்திரப் படைப்பு ஆகியவை மிக அருமையாக நுணுக்கமாக உள்ளன. மதி' துணிச்சலான பெண்; உதவும் மனப்பான்மை உள்ள பெண். தவறு செய்பவரிடமும் மனிதாபிமானத்துடன் நடந்து கொள்பவள் - டிஷர்ட் திருட்டு விசயத்தில் அந்தப் பையனைத் தானாகவே வேலையை விட்டுப் போகச் சொல்வாள்.

அவளது காதலனாக வரும் பையன், அவளது கூட வேலை செய்யும் பெண், வில்லனாக வருபவர்கள் எனப் பாத்திரப் படைப்பு அட்டகாசமாக அமைந்துள்ளது. ஒவ்வொருவரும் தன் பாத்திரம் உணர்ந்து சிறப்பான நடிப்பைத் தந்திருக்கிறார்கள். படத்தில் உடன் நடித்த நடிகர்கள், படத்தின் நோக்கம் குறையாத படக்குழுவினர் என அனைவருமே மனதார கண்ணியத்துடன் பங்காற்றி உள்ளனர். அவர்கள் அனைவரையும் மனதாரப் பாராட்டுகிறேன்.

'பிங்க்' படத்தில் எடுத்துக் கொண்ட கதைக்களம் மட்டுமல்லாது மொத்த படக்குழுவினரிடமுமே பெண்களை மதிக்கும் கண்ணியம் தெரியும்; வில்லனாக நடித்தவர் முதற்கொண்டு, தனது எல்லை எது என்று உணர்ந்து நடித்த தன்மை தெரியும். அதை இந்தப் படக் குழுவினரிடமும் உணர முடிந்தது. பாராட்டுகள்.

சமீபத்தில் ஒரு மலையாளப் படம் பார்த்தேன். குழந்தைக்கு நிகழும் வல்லுறவு பற்றிய படம். அதில் நடித்த நடிகர் - அவர் நடித்து இரண்டு படங்கள் பார்த்திருக்கிறேன். இரண்டுமே கதைக்களம் அதேதான். இந்த நடிகர் அந்தப் படத்திலேயே குழந்தைகளிடம் அத்துமீறி இருப்பார். இதை இயக்குநரோ, கேமரா மேனோ கவனிக்கவே மாட்டார்களா? இதனாலெல்லாம் படைப்பின் நுட்பம் நீர்த்துப் போய்விடுகிறது.

அப்பா கேரக்டராக நடித்தால், மகளின் கண்களைப் பார்த்துதான் பேச வேண்டும். ஆனால், காதலன் செய்யும் வேலை எல்லாம் அப்பாவின் கண்களும் கைகளும் செய்தால், என்னத்தைச் சொல்வது?

ஃ

கார்கி, அம்மு பட வரிசையில் 'அனல் மேலே பனித்துளி' படத்தை அணுகலாம்.

கார்கி - தன் அப்பாவைக் காப்பாற்றப் போராடும் அதே உறுதியான மனதோடுதான், குற்றவாளி யாராக இருந்தாலும் தண்டனை பெற வேண்டும் என்பதிலும் இருப்பாள்.

அம்மு - நாம் 'குடும்பப் பெண்கள்' என்று சொல்கிற பல பெண்களுக்கும் இருக்கும் குழப்பம், பயம், முடிவெடுக்கும் திறனின்மை, கல்வியால் தர முடியாத துணிச்சல், அடி வாங்கப் பழக்கப் பட்டுப் போவது - அதை சரிதான் என சமரசம் கொள்வது, கணவன் எப்படிப் பட்டவனாக இருந்தாலும் அவனைப் பிரியாமல் வாழ்வதில்தான் பெண்ணின் பெருமை உள்ளதாக நம்புவது. பிறகு தன்னை உணர்தலில், தான் தன்னுடைய அடிமைத் தனத்திலிருந்து விடுபட்டு விடுதலை அடைவது. அப்படியான படம் 'அம்மு'.

அனல் மேலே பனித்துளி - மதி' ஒரு தன்னம்பிக்கையுள்ள, சுதந்திரமான, சுய சிந்தனை உள்ள ஒரு பெண். அவளுக்கு

எதிர்பாராமல் நடக்கும் விபத்தாக கூட்டு வன்புணர்வு. பிறகும் வலியுடன், வலிமையுடன் அவள் போராடி மீண்டு வருவது.

ஃ

படத் தலைப்பு: அனல் மேலே பனித்துளி, அவள் படும் கஷ்டத்தை சொல்ல இதைவிடப் பொருத்தமான தலைப்பு கிடையாதுதான். கவித்துவமான தலைப்புதான்.

ஆனால், அதே வழக்கமான வாழை இலை முள்; முள்மேல சேலை பட்டாலும், சேலை மேல் முள் பட்டாலும்' - என காலங்காலமாக பெண்ணை ஒடுக்கச் சொல்லிய அதே வகைமைக்குள் இந்தச் சொல்லாடலும் வந்து விடுகிறது.

கதை அவளுக்கு நேர்ந்த விபத்து பற்றித்தான் அதிகம் பேசுகிறது. அந்த விபத்தின் வலியிலிருந்தும், அந்த விபத்தை சமூகம் பார்க்கிற பார்வையின் வேதனையில் இருந்தும் அவள் எப்படி மீண்டாள் என்பதை ஒரே ஒரு வசனத்தில் கடந்து போய்விடுகிறது. பாதிக்கபட்டவள் அதிலிருந்து மீண்டு, திருமணம் செய்துகொள்கிறாள் என்கிற, படத்தின் நோக்கம் சிதைவது இந்த இடத்தில்தான். அவள் என்னவெல்லாம் செய்து தன்னை மீட்டெடுத்துக் கொண்டாள் என்பது மிக முக்கியம். அதைத் தரவே இல்லை.

இது த்ரில்லர் படமா, பெண் சுய முன்னேற்றம் பேசுகிற படமா என்கிற தெளிவு வேண்டும். ஸ்லோ பர்ன் வகை. முதலில் திரில்லர் படம் போல கொண்டு செல்வதால், பெண் வெளியே வந்தாலே, சுயமாய் சிந்தித்தாலே, தனியே வாழ்ந்தாலே, படித்தாலே இதுதான் கதி என்கிற 'திக் திக்' மனநிலையை ஏற்படுத்துகிறது. அந்த விபத்திற்கு முன்பு - மதி' என்ன நடந்தாலும் எதிர்கொண்டு, மீண்டு வரும் துணிச்சல் உள்ள பெண் என்பதற்கான காட்சிப்படுத்துதல் இல்லை.

மொத்த படமுமாக, அந்த பெண் இன்ஸ்பெக்டர் கேரக்டர், முன்னுக்குப் பின் முரண். இரவு இத்தனை மணிக்குமேல் பெண், போலீஸ் ஸ்டேஷனில் இருக்கக் கூடாது என்று மதி'யிடம் சொல்பவர், நடந்த அனைத்தையும் கேட்ட பிறகும் குற்றவாளிகளின் குடோனாக இருக்கும் போலீஸ் ஸ்டேஷனிலேயே அந்தப் பெண்ணை விட்டுப் போகிறார்.

இதை எல்லாம் விட மிகப் பெரிய குறை என்னவென்றால், ஒரு விபத்தோ அல்லது இப்படியான வன்புணர்வோ - பாதிக்கப்பட்டவர்களுக்கு மருத்துவ உதவிதான் உடனடி முதல் தேவை. அப்படித்தான் நடைமுறையில் சட்டப்படியே உள்ளது.

அரசு மருத்துவமனையில் மருத்துவ உதவி செய்த பிறகு கூட காவல் நிலையத்தில் புகார் அளிக்கலாம். பாதிக்கபட்டவர் புகார் அளிக்கும் நிலையில் இல்லை எனில், அவரைச் சார்ந்தவர் அளிக்கலாம். இதுதான் நடைமுறை. இந்த நடைமுறை கூட அறியாமல், 'பேக் ஒர்க்' செய்யாமல் படம் எடுப்பது என்ன நியாயம்?

இங்கு இந்த உரையாடலுக்காக நான் அரசு மருத்துவராக இருந்து ஓய்வு பெற்றவர், சட்ட வல்லுநர் இருவர் ஆகியோரிடம் பேசி அறிந்த பிறகே இங்கு இதைச் சொல்கிறேன். ஒரு படம் எடுப்பது என்பது இதை விட ஆயிரம் இலட்சம் மடங்கு பொறுப்பான ஒன்று அல்லவா?

படிக்காதவர்கள் கூட பார்த்து அறிந்து கொள்ளும் சினிமாவில், மேலதிக உண்மைத் தகவல்களும், அறியாமையில் இருக்கும் மக்கள் தம்மை மேம்படுத்திக் கொள்வதற்கான விசயங்களும் இருக்க வேண்டாமா?

அதுவும் இப்படியான சீரியஸான படங்களில் இவை நிகழலாமா?

ஃ

முதலில் எல்லாம், 'பெண்கள் இப்படி நடந்து கொள்ள வேண்டும்', 'அப்படி நடந்து கொள்ள வேண்டும்' என அடக்கு முறையாக அறிவுரை தந்து கொண்டிருந்தார்கள்; இப்போதெல்லாம் நேர்மறை சிந்தனை என்கிற வகைமையிலும் 'பெண்களுக்குத்தான்' அறிவுரை தரப்படுகிறது.

எல்லா வகையிலும், எப்போதுமே, 'ஆண் என்றால் அப்படித்தான் இருப்பான்' என்பதை வலுவாக சொல்வதைத்தான் இது காட்டுகிறது.

பொதுவாக, ஏன் எப்போதுமே பெண்களுக்கே அறிவுரை கூறிக் கொண்டிருக்கிறோம்?

பிருந்தா சேது

ஆண்கள் எப்படி நடந்து கொள்ள வேண்டும் என ஏன் பாடம் எடுக்க மாட்டேன் என்கிறோம்? ஆண்களுக்கு கண்ணியம் கற்றுத்தர ஏன் மறக்கிறோம்?

ஆண்களின் அதிக பலம் என்பது பெண்களைக் காயப்படுத்துவதாக தான் இருக்க வேண்டுமா? ஏன் கண்ணியமாக இருக்கக் கூடாதா?

எப்போதும் குடிகாரன் பெண்டாட்டிக்கே அறிவுரை கூறுகிறோம்? ஆனால், குடிப்பவருக்குத்தானே அறிவுரை தரப்பட வேண்டும்? தவறு செய்பவர்களுக்குத்தானே அறிவுறுத்த வேண்டும்.

இந்த சமூகம் எப்படி இருக்கிறது?

பள்ளிக்கூட காலத்திலேயே தொடங்கி விடுவார்கள் 'புலி x மான்', 'ஆண் x பெண்' அப்படி என்று. ஆண் பெண் எதிர்ப்பதம் அல்ல; ஆண் பெண் இணைப்பதம்.

ஆண் மானும் பெண் மானும், ஆண் புலியும் பெண் புலியும் சரிநிகர் சமானம்.

மற்ற எல்லா விஷயத்துலயும் வந்து எக்ஸ்பீரியன்ஸ் எதிர்பார்ப்பார்கள்; ஆனால் திருமணம் என்று வந்துவிட்டால் ஃப்ரெஷ், வெரி பிரஷ் என்பார்கள்; ஆண்கள் தான் பெண்களுக்கு சொல்லித் தர வேண்டும் என்று சொல்லி, அவர்கள் முன் அனுபவங்கள் உள்ளவர்களாக இருக்க வேண்டும் என்று நினைப்பார்கள். உண்மையில், இத்தனை ஆண்களுக்கு கற்பில்லை என்றால் அத்தனை பெண்களுக்கும் தானே?! இவர்கள் மட்டும் எப்படி தனியாக கற்பு இல்லாமல் இருக்க முடியும்?!

ஆண்மை என்றால், வீரம் என்றால், மாடு பிடிப்பது மட்டுமல்ல; வெறும் முரட்டுத்தனம் மட்டுமல்ல; 'பீலிபெய் சாகாடும் அச்சிறும் அப்பண்டம் சால மிகுத்துப் பெயின்' - என்கிற அதி மென்மையும்தான்.

எது அதிக கடினம்? ஒரு பெண்ணை உயிரெனக் கருதாமல் சூறையாடுவதா? இல்லை, அவள் மனதைக் கொள்ளை கொண்டு, அவள் காதலைப் பெற்று, அவளது முழு ஒப்புதலுடன் காதலுற அணைவதா? அவ்வாறு ஓர் ஆண் வெற்றி பெறுவதைத் திரையில்

காண்பியுங்கள். பெண்ணை மனதால் வெற்றி கொள்வதே அசல் வெற்றி என்பதை எல்லார் மனதிலும் பதிய வையுங்கள். அதற்கு கதை எழுதுங்கள்; திரைக்கதை எழுதுங்கள்; கற்பனை வளத்துடன் யோசியுங்கள். நிஜமாகவே நீங்களும் காதலுறுங்கள்.

படத்தின் கடைசி பிற்பாதியில், அவள் அவளது காதலன் இந்த சம்பவத்திற்கு பிறகு எப்படி மீண்டு வருகிறார்கள் என்பதைக் காட்டி இருந்தால், இப்படியான சம்பவங்களுக்கு எந்த விதத்திலும் காரணம் இல்லாத பெண்களை, பாதிக்கப்பட்டவர்களை எப்படி அணுக வேண்டும்? எவ்வாறு அரவணைத்துக் கொள்ள வேண்டும் என்பது இந்த சமூகத்திற்கு காட்சிப்படுத்தப்பட்டிருக்கும்.

என்ன செய்யக்கூடாது என்பது எல்லோருக்கும் தெரியும்: ஏனென்றால் அதை தானே செய்து கொண்டு இருக்கிறோம்.

என்ன செய்ய வேண்டும் எப்படி நடந்து கொள்ள வேண்டும் என்பதைச் சொல்ல வேண்டும்; அப்போதுதான் இனிமேலாவது செய்யத் தொடங்குவது நடக்கும்.

(11.12.2022)

பிரிந்தா சேது

விட்னெஸ்
தமிழ்

நான் அப்போது ஐந்தாம் வகுப்பு படித்துக் கொண்டிருந்தேன். குழந்தைகள் தினத்திற்காக ஓவிய போட்டி ஒன்று வைத்தார்கள். ஓவியத்திற்கு எந்த தலைப்பும் அவர்கள் தரவில்லை. எதை பற்றி வேண்டுமானாலும் வரையலாம். ஓவியம் நன்றாக இருந்தால் பரிசளிக்கப்படும் என்று தான் தெரிவித்திருந்தார்கள். அன்று வந்திருந்தவர்களில் யார் நன்றாக வரைந்திருந்தார்களோ அவர்களுக்கு தான் பரிசு தந்திருக்க வேண்டும் இல்லையா? ஆனால், அது அப்படி நடக்கவில்லை.

நான் ஒரு எனக்கு பிடித்த 'டொனால்டு டக்' படத்தை வரைந்திருந்தேன். மற்றும் சிலர் அவர்களுக்கு பிடித்த, அவர்களுக்கு தெரிந்த, வரைய இலகுவான படங்களை வரைந்திருந்தார்கள். அப்படி வரைந்ததிலேயே மிகவும் மோசமான படம் என்று மற்றவர்களால் உணரக்கூடிய அளவு இருந்த ஒரு படம். ஆனால் அதுதான் முதல் பரிசை வென்றது. காரணம் என்னவென்று கேட்டால் அந்தப் பையன் வரைந்து இருந்தது நேரு மாமாவை. எந்த தலைப்பும் தராதபோது, சரியாக நன்றாக வரைந்திருந்த படத்திற்கு தானே பரிசு அளித்திருக்க வேண்டும்?

இதே விஷயம்தான் இப்போது வரை விதவிதமாக தொடர்ந்து கொண்டிருக்கிறது. கருத்தியல் ரீதியாக சரியான கோணங்களைத் தருகிற படம்; அது சினிமா என்கிற அளவில் முழுமையாகாமல் இருந்தால்கூட அதை விமர்சிக்க கூடாது என்கிறார்கள்; பாராட்டியே தீர வேண்டும் என்கிறார்கள்.

கருத்தியல் ரீதியாக உண்மை என்பதால், அதை சினிமா ரீதியாக சுவாரசியமாகவும் அருமையான திரைக்கதையுடனும் அமைத்திருந்தால், அது மக்களிடம் இன்னும் எளிதாக சென்று சேரும். அதை மறந்து விடுகிறார்கள்.

விட்னஸ் படத்தை அப்படித்தான் நான் பார்க்கிறேன். பிற்பாதிப் படத்தின் அழகியலை, திரைக்கதை முறைமையை, முற்பாதிலும் தந்திருந்தார்கள் என்றால் அது இப்போதையும் விட பல மடங்கு மக்களைச் சென்று சேர்ந்திருக்கும்.

முக்கியமான விஷயத்தை கவனப்படுத்தி இருப்பதற்காக படக்குழுவினருக்கு பாராட்டுகள். படத்தில் இசையும் ரோகிணியும் தமிழரசனும் மனதுக்கு நிறைவான பங்கை வழங்கி இருக்கிறார்கள்.

ஆனால், ஒரு படமாக அதை பார்க்கும்போது அதன் குறைகளை களைந்தால்தான் கருத்தியல் ரீதியான விஷயங்களை மக்களிடம் சுவாரசியமாக கொண்டு சேர்க்க முடியும். சரியாகச் சொல்ல வேண்டும் என்றால், 'உண்மை' என்பதற்காக 'ஏழை மக்கள் சிரமப்படுகிறார்கள்' என்பதற்காக, நியாயம் வெற்றி பெறுவதில்லை; நல்ல திறமையான வக்கீல்கள் கிடைத்தால்தான் நியாயமும் வெற்றி பெறும்; அப்படித்தான் கருத்தியல் ரீதியான சினிமாக்களை, நல்ல சினிமாவாகவும் தர வேண்டும்.

எனவே, மற்ற சினிமா பொழுதுபோக்கு - வியாபார சினிமா எடுப்பவர்களைக் காட்டிலும் இரு மடங்கு பொறுப்பு இவர்களுக்கு இருக்கிறது. அதைத்தான் நாம் இவர்களிடம் எதிர்பார்க்கிறோம். யாரிடம் என்ன இருக்கிறதோ, அவர்களிடம்தானே அதை எதிர்பார்ப்போம்?!

ஃ

ஒன்று திரும்பத் திரும்ப தொடர்கிறது என்றால், நாம் திரும்பத் திரும்பக் கவனிக்கத் தவறுகிற ஏதோ ஒன்று இருந்துகொண்டே இருக்கிறது என்று அர்த்தம். 340 மலக்குழி மரணங்கள் ஏன் நிரூபிக்கப்படவில்லை? அவை நிகழ்ந்திருக்கின்றன என்பது உண்மை; பிறகு ஏன் எப்படி அவற்றை நிரூபிக்கத் தவறினோம்? உண்மைக்கும் அதை நிரூபிப்பதற்குமான தூரம் ஏன் இவ்வளவு தொலைவாக உள்ளது? அந்தத் தொலைவைக் குறைக்க நாம் என்ன செய்ய வேண்டும்?

ஜாதி பற்றிப் பேசுகிற எல்லாரும், ஜாதியால் பெற்ற உயர்வை /செல்வத்தை ஏன் மற்ற தனது ஜாதியினரோடு பகிர்ந்துகொள்ளவில்லை?

எல்லா ஜாதியினரிலும் வறுமைக்கோட்டிற்குக் கீழ் உள்ளவர்கள் உண்டுதானே? ஏன் பிராமண ஜாதியினரிலேயே திருமணத்திற்கு மந்திரம் சொல்பவரும், கோவில்களில் மந்திரம் சொல்பவரும், சாவுக்கு சாங்கியங்கள் செய்பவரும் என்று பிரிவினை உண்டுதானே?

எப்பேர்ப்பட்ட வறுமையிலும் மலக்குழி அள்ள வேறு ஜாதியினர் செல்லாததற்கு, ஜாதி மட்டும்தான் காரணமா?

ஒவ்வொருவரும் பார்த்துப் பழக்கப்பட்டு வாழ்ந்து வரும் வாழ்வு என்கிற ஒன்று உண்டு.

குதிரை வண்டி ஓட்டுபவர் வீடும் குதிரையோடு பழகி, அந்த வீட்டுப் பையன் படிக்கவில்லை எனில், அவனும் குதிரை வண்டி ஓட்ட வருவது.

இதுதான் முறிக்கப்பட வேண்டிய இடம்.

தலைமுறை தலைமுறையாக தன் மேல் படரும் ஒன்றை, முறிக்கப் போராடுகிற இடம். இது எல்லாப் பெற்றோர்களுக்கும் (முக்கியமாகப் பெண்களுக்கு) இந்தப் போராட்டம் பற்றித் தெரியும். தன் மகள் / மகன் விடுதலையாக வளர வேண்டுமெனில், தன் தலைமுறை சார்ந்த பாரத்தை மொத்தமாகத் தாங்கிக் கொண்டு, பாரத்தின் நிழல் கூட மகளின்/ மகனின் மேல் படராமல், முற்றிலும் புதிய பாதையை காற்றாக எளிய மனதுடன் அறிந்து அதில் பயணப்பட மகள் மகன் படும் வாதைகளையும் தாமே தாங்க வேண்டியிருக்கும்.

1970களில் 1980களில் பிறந்தவர்களுக்குத் தெரியும்; முந்தைய தலைமுறையின் பிற்போக்குத் தனங்களைத் தன் வாரிசுகளிடம் தள்ளாமல், தானே அனுபவித்தபடி, தன் அம்மா அப்பாவைத் தாங்கிக் கொண்டு, தனது 2000 பிள்ளைகளின் தொழில் நுட்பப் புரட்சிக்கு முன், தான் பிற்போக்குத்தனமாகப் பார்க்கப்படுவதன் கசப்பை விழுங்கிக் கொண்டு வாழ்பவர்கள் இதனை அறிவார்கள்.

இந்த மலக்குழி மரணங்கள் தனிமனிதப் போராட்டமாக, சரி செய்யப்பட வேண்டியது இப்படித்தான். இடைப்பட்ட மனிதர், இருமடங்கு போராட்டத்தைத் தாங்க வேண்டி இருக்கும்.

இன்னொன்று அரசாங்கம் செய்ய வேண்டியது.

சாதாரண வேட்பாள வாக்குறுதியாகக் கூட மனித மலத்தை அகற்ற இயந்திரங்கள் வாங்கப்படும் என்று எந்த அரசியல்வாதியும் சொல்வதில்லை. ஏன் உயர்ந்த இடத்திற்குச் செல்கிற - தன்னின வாகக்குகளைப் பெற்ற அரசியல்வாதிகள் அதற்கான கோரிக்கைகளைக் கூட முன் வைப்பது இல்லை.

ரோடு அலங்காரம், பாலங்கள் அலங்காரம், பார்லிமெண்ட் அலங்காரம் ஆகியவற்றிற்கு முன்பாக நாம் சரி செய்ய வேண்டியது - நமது நாட்டின் மலச்சிக்கலை!

அப்போதுதான் பன்னாடுகளுக்கு முன் நமது முகம் நிஜமாகவே மலர்ந்து இருக்கும்.

ஃ

விக்ரம்-2
தமிழ்

உ+ மணி நேர *PRANK*

நம்மைச் சுற்றி இருக்கிற எல்லாரும் திடீரென பதற்றமாகி ஓடினால், நாமும் என்னவோ ஏதோவென்று ஓடுவோமில்லையா, அப்படியான பரபர திரைக்கதை.

ஆனால், ஓடுவதற்கான காரணம் சிறப்பானதாக, நியாயமானதாக இல்லை என்றால், எப்படியோ அப்படித்தான் இதன் கதை.

ஒரு மரணம் நிகழ்வதற்கு முன்பான வாழ்வுதான், மரணத்தை அர்த்தமுள்ளதாக ஆக்குகிறது. அந்த வாழ்வே காட்டப்படவில்லை எனில், 'நீ வாழ்ந்தா என்ன, செத்தா என்ன' மனநிலைதான் பார்வையாளர்களுக்கு ஏற்படுகிறது.

வன்முறையை காட்சியாக வெளிப்படுத்தத் தொடங்கும்போது, ஒன்றை விட ஒன்று, மேலதிகமாக ஒன்று என எவ்வளவு காட்டினாலும் திருப்தி தராது. அதனால்தான், முதல் காட்சியில் துண்டாடப்பட்ட கால் காட்டும்போது வருகிற

அதிர்வுகூட, தலையே துண்டாடப்படும்போது வருவதில்லை. ஏனென்றால், 'கால்' கூட 1986 விக்ரமின் வாழ்வைப் பார்த்தவர்களுக்கு வந்த அதிர்வு. ஆனால், தலை'க்கான காதல் வாழ்வு எவ்விதம் காட்டப்பட்டது என்பதில், பிசுபிசுத்துவிட்டது.

இது நிகழ்வதுதான். பரபரப்பாக ஆக்ஷன் திரைக்கதை எழுதுபவர்களுக்கு, காதலை, அதன் நளினத்தைச் சொல்ல முடியாமல் போவது.

காமெடிக் காட்சிகளுக்கு தனி ட்ராக் வைத்து எழுதப்பட்ட காலம் போல, காதல் காட்சிகளை தனியாக இன்னொருவர் வைத்து எழுதி எடுக்கிற காலம் வெகுதூரத்தில் இல்லை.

ஃ

அயலி

தமிழ்

இந்தியாவில், பொதுவாகத் தமிழில் குழந்தைகளுக்கென்று படங்கள் எடுக்கப்படுவதே இல்லை. மீறி எடுத்தாலும், எடுத்த மிகச் சில படங்கள் தியேட்டரில் ரிலீசாவதில்லை. அப்படியே ரிலீசானாலும் குழந்தைகள் வந்து பார்க்கக்கூடிய வேளைகளில் ஓடுவதில்லை. 1980களில் எங்களை பள்ளியில் வருடத்திற்கு ஒரு முறை சினிமாவுக்கு அழைத்துப் போவார்கள். 'மீனாவின் கடிதம்' என்ற படம் அப்படித்தான் போனோம். இன்றுவரை மறக்க முடியாத இனிய நினைவுகள் அவை.

இப்போதெல்லாம் குழந்தைகளுக்கென்று தனிப்படமே இல்லாத நிலையில், பிள்ளைகள் சிவகார்த்திகேயன் அல்லது விஜய் படங்களைத்தான் பார்க்க வேண்டியுள்ளது.

இப்படி சூழலில், ஓடிடி தளங்கள் அல்லது வெப் சீரிஸ் - சினிமாவை விடவும் சவாலான, சோதனைகரமான முயற்சிகளை ஊக்குவிப்பதாக உள்ளன. வேற்று மொழிகளில் இப்படியான 'ப்ளாட்ஃபார்மில்' எடுக்கப்படும் கதைக் களங்கள்

எங்கோ உயரத்தில் சென்று கொண்டிருக்க, தமிழில் இன்னும் நாம் முதல் படியிலேயே நின்று கொண்டிருக்கிறோம். இதுதான் நிஜம்.

நாம் ஒன்றும் அன்றாட வாழ்வில், கொலைக்களத்தில் வாழ்ந்து கொண்டிருக்கவில்லை; ஆனால், தமிழில் இதுவரை வந்த வெப் சீரிஸ் எல்லாமே துப்பறியும் கதைகளாகவும், சைக்கோ த்ரில்லர் வகைகளாகவுமே உள்ளன.

நாம் நிஜத்தில் சந்திக்கும், தினம் போராடும் அன்றாடப் பிரச்சினைகளைப் பற்றியோ, கண்ணெதிரே இருக்கும் வீட்டு - அலுவலக அரசியல்களைப் பற்றியோ, கண்ணுக்குத் தெரியாமல் நுணுக்கமாக விரவிக் கிடக்கும் மதம் சார்ந்த ஜாதி அரசியல்களைக் குறித்தோ, நூற்றாண்டுகளாக அப்படித்தான் - எனவே இனியும் அப்படியே இருக்கட்டும் என வற்புறுத்தித் திணிக்கப்படும் ஆண் - பெண் பாராபட்சங்கள் பற்றியோ யாரும் இதுவரை வெப் - சீரிஸ் எடுக்கவில்லை.

இந்த மாதிரியான கதைக் களத்தில் அப்படி முதன் முதலாக எடுக்கப்பட்டுள்ள வெப் சீரிஸ் 'அயலி'. ஜீ 5இல் காணக் கிடைக்கிறது.

ஃபீல் குட் மூவி என்பார்கள். ஹாஃப் பீட் மூவி என்பார்கள். இது ஹாஃப் பீட் வகை.

குழந்தைகளின் பிரச்சினைகள், மிக முக்கியமாக பதின் பருவப் பிள்ளைகளின் பிரச்சினைகள் பேசப்படுவதே இல்லை; குழந்தைப் பருவமும் பதின்பருவமும்தான் பிற்கால வாழ்வின் வளர்ச்சிக்கு அடிப்படையாக இருக்கின்றன. அதில் கிடைத்த மற்றும் கிடைக்காததன் நீட்சியாகத்தான் நமது வாழ்வு உள்ளது.

அப்படிப்பட்ட வாழ்வின் மிக முக்கியமான பருவமான பதின் பருவம், அதன் பிரச்சினைகள், பிள்ளைகள் அதைக் கைக்கொள்ள வேண்டிய விதம், பாசமுள்ள அம்மா அப்பாவே சொன்னாலும் 'உன் மனம் சொல்வதை நீ கேள்' என வழி நடப்பது - என்பதாக 'அயலி' கதை அமைக்கப்பட்டுள்ளது.

உண்மையில், தெய்வங்கள் அவை பாட்டுக்கு சும்மா இருக்கின்றன; அந்த தெய்வங்களை, மனிதர்கள் படுத்தும்பாடு அதுதான் இந்தக் கதையின் மையப் புள்ளி. தெய்வத்தின் பெயரால்,

மதத்தின் பெயரால், சடங்குகளின் பெயரால், பாரம்பரியம் எனும் பெயரால் பெண்களுக்கு இழைக்கப்படும் அநீதிகள். கிட்டத்தட்ட ஐநூறு அறுநூறு ஆண்டு கால பாரம்பரியத்தை ஒரு சிறு பெண் மாற்ற முயற்சிக்கிறாள். அதுதாம் இந்தக் கதை. அதை நகைச்சுவை கலந்து, கொஞ்சம் உண்மைக்கு நெருக்கமான புனைவுகலந்து, சம்பந்தப்பட்டவர்களே இரசிக்கும்படி எடுத்திருப்பதுதான் படத்தின் மிகப் பெரிய பலம்.

இப்படி ஒரு முயற்சியை முற்போக்கு பேசுபவர்கள் கொண்டாடுவார்கள். அது பெரிய விஷயமில்லை. ஆனால், ஆண்டாண்டு காலமாக பாரம்பரிய பெருமை பேசும் வீடுகளும், வீட்டுப் பெண்களும் இந்தப் படத்தை ஏற்கும்படி அமைத்திருப்பதுதான் இந்தப் படத்தின் சிறப்பு. எல்லாப் பெண்களுமே ஏதோ ஒரு சூழலில் வாழ்வில் ஒரேயொரு முறையாவது இந்த மீறல்களைச் செய்திருப்பார்கள். என்ன, வெளிப்படையாகச் சொல்லிக் கொண்டு இருக்க மாட்டார்கள். அவ்வளவுதான்.

தமிழ்ச்செல்வியின் தோழி மைதிலி வழியாகக் காட்டப்படும் வாழ்வின் நிதர்சனம் முகத்திலறையும் உண்மை அது. திருமணம் மட்டுமே வாழ்வின் முடிவல்ல; சுபமல்ல; அது வாழ்வின் தொடக்கம் என்பதை மிக உணர்ந்த நாற்பது வயதுகளில் இருக்கும் அத்தனை பேருமே இந்தப் படத்தைக் கொண்டாடுவார்கள்.

அந்த ஊரில் ஓர் ஆண் கூட பத்தாவது பாஸ் ஆகவில்லை என்பதையும் காட்சிகள் ஊடாக நமக்கு தெரியப்படுத்துவார்கள். நிஜத்தில், பெண்களோடு ஒப்பிடுகையில் ஆண்களுக்கு இயல்பாய் அமைந்துள்ள சுதந்திரத்தை வைத்துக்கொண்டு ஆண்கள் என்ன செய்கிறார்கள்?

மொத்த கதையுமே பாசம் என்கிற பெயரில், பாதுகாப்பு என்கிற பெயரில், ஆண்கள் பெண்களுக்கு செய்கிற, தந்தைகள் மகள்களுக்கு செய்கிற 'கண் மறைப்பை' வெளிச்சமிட்டுக் காட்டுகிறது. உரக்கச் சொல்கிறது.

14ஆம் நூற்றாண்டில் தொடங்கும் கதை 21ம் நூற்றாண்டில் நிறைவடைகிறது; அத்தனை நூற்றாண்டுகளாக 'கோமா'வில் தூங்கிக் கிடந்தவர்கள் இன்னும் விழித்தெழுந்து 'தமிழ்ச்செல்விக்கு என்ன ஆச்சு' என்று இன்றும் கேட்டபடி தான் இருக்கிறார்கள்; அப்படி தான் கதை முடிகிறது.

'நான் என்ன தப்பு பண்ணினேன்' இதுதான் ஒவ்வொரு பெண்ணின் சார்பாகவும் 'அயலி' ஆண்களிடம் வைக்கிற கேள்வி. பெண்ணாகப் பிறந்தது பிழையா? ஏன் பிறப்பிலிருந்தே இவ்வளவு தண்டனைகள்?

ஃ

'ரேவா'வின் இசை துள்ளலும் துடிப்புமாக, பதின் பருவக் கதைக்கு ஏற்ப அருமையாக உள்ளது; இசையே ஒரு கதாபாத்திரமாக ஊரெங்கும் உலா வருகிறது; மனதை வருடுகிறது.

வசனம் சச்சின், முத்துக்குமார் - அரசியலறிவை சரியான 'பதத்தில்' மக்களுக்கான மொழியில் தந்திருப்பது பாராட்டத் தக்கது; கேமரா கதை நிலத்தின் பரப்பை இத்தனை விரியத் தந்துள்ளது அழகோ அழகு.

'வெடிவழிபாடு' படத்திற்குப் பிறகு, அனுமோள் அவருக்குள் ஒளிந்திருக்கும் அற்புத நடிகையைக் காணக் கிடைத்தது. நடிகைகள் பானுப்பிரியா, சரிதா, ரோகிணி, ரேவதி, ராதிகா ஆகியோரின் தனித்துவமான குரல் மற்றும் உச்சரிப்பை மிகப் பிடிக்கும். போலவே, அனுமோளின் வெள்ளந்தியான முதிர் தமிழ் குரலை வெகுவாக ரசிக்க முடிந்தது. அவருடையது மட்டுமல்ல, அவரது கணவராக வரும் மதனின் குரலும் அருமை.

அந்த ஒட்டு மொத்தக் குடும்பமே அது நாடகம், நடிப்பு என்பதைத் தாண்டிய நிஜமான குடும்பம் போல, ஒன்றி நடித்திருந்தார்கள். சில பல காட்சிகள் கவிதை. முக்கியமாகப் பாடல் காட்சிகள் சிறுகதைக்குரிய செறிவோடு இருந்தன.

பேரா. தொ.பரமசிவன் புத்தகத்தை வாசித்து, கீதா இளங்கோவனின் 'மாதவிடாய்' ஆவணப்படம் பார்த்து என நிறைய பேக் ஒர்க் செய்திருக்கிறார்கள். நிறைய மெனக்கெடல். படக் குழுவினருக்கு மனமார்ந்த பாராட்டுகள்.

ஃ

குறை என்று பார்த்தால், 'வயதிற்கு வந்த பெண் பிள்ளை, படிப்பதற்காக என்று தான் வயதிற்கு வந்ததை மறைக்கிறாள்' என்பதைத் தாண்டிய பிரச்சினைகள் எதையும் தாண்டாமல் அதற்குள்ளேயே கதை சுற்றுகிறது.

'*Villain has no Rules*' என பேட் மேன் கதையில் வரும். எப்போதுமே வில்லன்களுக்கு விதிகளே கிடையாது. ஆனால், இந்தக் கதையின் நாயகி ஆரம்பத்திலேயே தனக்கும் விதிகளே கிடையாது எனத்தான் அறிவிக்கிறாள். அதுதான் நம்மை நிமிர்ந்து உட்கார வைக்கிறது. ஆனால் அதற்குப் பிறகு சவாலான காட்சிகள் ஏதும் இல்லை.

இரண்டு அப்பத்தாக்கள் சண்டையிடும் காட்சிகள், ஆனாலும் அவர்களுக்குள் இருக்கும் பிணைப்பு; வாய் பேச முடியாத மாற்றுத் திறனாளி, அவருடைய நியாயமான வாதங்கள்; திருடனாக வருபவர்; தமிழ்ச் செல்வி டாக்டராக விரும்பும் கனவு விதைவிடும் தருணம்; அவளுக்கும் தோழி மைதிலிக்குமான உரையாடல்கள்; பெண் போலீஸ்; தலைமையாசிரியர்; அப்பாவின் செல்லப் பிள்ளையென தமிழ்ச் செல்வி அறியப்பட்டாலும் அம்மாவுடனான நட்பு கலந்த நேசம் - எனப் பார்த்துப் பார்த்துச் செதுக்கியவர்கள், வில்லனுக்கான காட்சியமைப்புகளைத் தரவே இல்லை.

காமெடி படம் என்று சொல்லிவிட்டு, நிறைய நிறைய கண்ணீர். டீசரில் காட்டப்படும் ஈர்ப்பை விடவும் படத்தினுள் மேலதிகம் காட்டப்பட்டிருக்க வேண்டும்.

அதைத் தவிர வேறெதுவும் சிக்கல்கள் இல்லாமல் போவது, எந்த நோக்கத்திற்காக பழமையையும், பிற்போக்குத் தனத்தையும் கேள்வி கேட்கிறார்களோ, அந்த நோக்கத்திற்கு எதிராகவே பிற்பாதிக் கதையோட்டம் செல்கிறது. 'போலச் செய்தல்' நிறைய இருக்கிறது. இவை போன்ற முந்தைய படங்களில் எப்படி இந்தக் காட்சி அமைக்கப்படுமோ அப்படியே அமைக்கப்பட்டு இருக்கிறது.

முதலிரண்டு எபிஸோடுகளின் திறமையான காட்சியமைப்பு மற்றும் சவாலான திரைக்கதை கடைசிவரை அமைக்கப்பட்டிருந்தால், நன்றாக இருந்திருக்கும்.

அப்புறம், காட்சிகளுக்குச் சம்பந்தா சம்பந்தமில்லாமல், மாடுலேசனே இல்லாமல், ஒரே கத்தலாக, அந்த உதவித் தலைமை ஆசிரியர் கத்திக்கொண்டே இருப்பது.

இவைத் தவிர்க்கப்பட்டிருந்தால், 'அயலி' இன்னும் தரமான சம்பவமாக இருந்திருக்கும்.

எனினும், தமிழ் வெப் சீரிஸ் வகைமையில் ஒரு நல்ல துவக்கத்தைத் தொடங்கி வைத்திருப்பதில், 'அயலி' என்றும் நினைவில் இருப்பாள். படக்குழுவினர் அனைவருக்கும் வாழ்த்துகள்.

ஃ